மயில் போட்ட கணக்கு

சிறார் கதைகள்

மோ.கணேசன்

BOOKS FOR CHILDREN

Mayil Potta Kanakku
M.Ganesan ©
Illustration: **Pillai**
First Published: December, 2022
BOOKS FOR CHILDREN
imprint of Bharathi Puthakalayam
7, Elango Salai, Teynampet, Chennai - 600 018.
Email: bharathiputhakalayam@gmail.com | www.thamizhbooks.com

மயில் போட்ட கணக்கு

மோ.கணேசன் ©
ஓவியம்: பிள்ளை
முதல் பதிப்பு: டிசம்பர், 2022
வெளியீடு:

புக்ஸ் ஃபார் சில்ரன் | பாரதி புத்தகாலயத்தின் ஓர் அங்கம்
7, இளங்கோ சாலை, தேனாம்பேட்டை, சென்னை - 600 018.
தொலைபேசி : 044 24332424, 24330024 | விற்பனை: 24332924
விற்பனை உரிமை

விற்பனை நிலையங்கள்
மதுரை: 37A, பெரியார் பேருந்து நிலையம் - 045 22324674
ஈரோடு: 39: 39 ஸ்டேட் பாங்க் சாலை - 9245448353
திண்டுக்கல்: பேருந்து நிலையம் - 9942331105, 9976053719
பழனி: பேருந்து நிலையம் அருகில் - 9442883696
திருப்பூர்: 447, அவினாசி சாலை - 9486105018
சேலம்: பாலம் 35, அத்வைத ஆஸ்ரமம் சாலை 0427 2335952
திருவல்லிக்கேணி: 48, தேரடி தெரு - 9444428358
வடபழனி: பேருந்து நிலையம் எதிரில் அடையார் ஆனந்தபவன் மாடியில் - 9444476967
பெரம்பூர்: 52, கூக்ஸ் ரோடு - 9444373716
திருவாரூர்: 35, நேதாஜி சாலை - 9442540543
சேலம்: 15, வித்யாலயா சாலை
திருநெல்வேலி: 25A, ராஜேந்திரநகர் - 9442149981
அருப்புக்கோட்டை: 49A/4 மெயின் ரோடு, தெற்கு தெரு,-9994173551
மதுரை: சர்வோதயா மெயின்ரோடு
குன்னூர்: N.K.N வணிக வளாகம் பெட்போர்ட்
செங்கல்பட்டு: 1 D ஜி.எஸ்.டி சாலை - 044 27426964
விருதுநகர்: 131, கச்சேரி சாலை - 0456 2245300
கும்பகோணம்: 352, ரயில் நிலையம் எதிரில் - 9443995061
வேலூர்: பேஸ் III, சத்துவாச்சாரி - 9442553893
நெய்வேலி: பேருந்து நிலையம் அருகில், - 9443659147
தஞ்சாவூர்: காந்திஜி வணிக வளாகம் காந்திஜி சாலை - 9655542400
கோவை: 77, மசக்காளிபாளையம் ரோடு, பீளமேடு - 8903707294
திருச்சி: வெண்மணி இல்லம், கரூர் புறவழிச்சாலை - 9994289492
திருவண்ணாமலை: முத்தம்மாள் நகர்
நாகர்கோவில்: 699 கே.பி.ரோடு R.V.புரம் - 9443450111
சிதம்பரம்: 11 / 28 வெள்ள திறந்தான் தெரு, - 9994399347
கரூர்: நாரத கானசபா அருகில் (TNGEA OFFICE)- 9442706676
காரைக்குடி: 12, 2 வது தெரு, கம்பன் மணிமண்டபம் பின்புறம் - 9443406150

வடிவமைப்பு: ஆர். காளத்தி

நினைத்த நூல்கள்... நினைத்த நேரத்தில்... thamizhbooks.com 8778073949

ரூ.
அச்சு : பிரிண்டெக், சென்னை - 600 005.
BharathiTV | www.bookday.in

உள்ளிருக்கும் கதைகள்

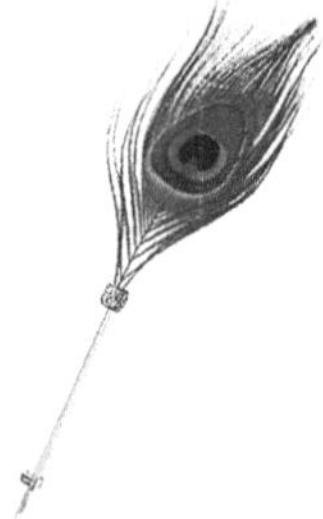

உங்களோடு சில நிமிடம்...

என்னுடைய கதை உலகத்திற்கு உங்களை மயிலிறகு கொண்டு வரவேற்கிறேன். இக்கதைப் புத்தகத்தை வாங்கியிருக்கும் உங்களுக்கு முதலில் எனது பேரன்பும் பெரு வாழ்த்தும்.

நான் சிறுவனாக இருந்தபோது, எனக்கு கதை சொன்ன மனிதர்களைவிட, நிறைய கதைகள் சொன்னது என்னவோ புத்தகங்கள்தான். உங்களுக்கும் இப்புத்தகம் கதை சொல்லும்.

காற்றில் கரைந்து போனாலும், என்னுள் என்றென்றும் நிறைந்திருக்கும் எனைப்பெற்ற என் தெய்வங்களான மோ.வள்ளியம்மாள் - வீ.மோகன் ராஜி ஆகியோரின் ஆசிகளோடு, ‘மயில் போட்ட கணக்கு’ என்ற சிறார் கதை புத்தகத்தை எழுதியிருக்கிறேன். மாயாவியின் திமிர் எனும் சிறார் கதைப் புத்தகத்திற்குப் பிறகு நானெழுதும் இரண்டாவது சிறார் கதைப் புத்தகம் இது.

படித்துவிட்டு உங்கள் கருத்துகளை உரிமையோடு பகிர்ந்துகொள்ளுங்கள். இப்புத்தகம் பிடித்திருந்தால், உங்களுக்குப் பிடித்தவர்களுக்கும் வாங்கிப் பரிசளியுங்கள். பிறருக்கும் பரிந்துரை செய்யுங்கள்.

இது நான் எழுதியுள்ள பத்தாவது புத்தகம். எனது எழுத்துலகின் தாய்வீடான பாரதி புத்தகாலயம் வெளியிடும் ஒன்பதாவது புத்தகமாகும்.

இப்புத்தகத்தை வெளியிடும் பாரதி புத்தகாலயத்திற்கும், தோழர் **நாகராஜனுக்கும்**, இப்புத்தகத்தை வடிவமைப்பு செய்த தோழர் **ஆர்.காளத்திக்கும்** மற்றும் பாரதி புத்தகாலயத்தின் அத்தனை தோழமைகளுக்கும் அன்பு கலந்த நன்றிகள்.

இந்த கதைப் புத்தகத்திற்கு தனது உயிரோட்டமான ஓவியங்களால், மெருகு சேர்த்திருக்கும் எனக்குப் பிடித்த ஓவியர்களில் ஒருவரான **பிள்ளை** அவர்களுக்கும், அவரது தூரிகைக்கும் பெரு நன்றிகள். இப்புத்தகத்தை அலங்கரிக்கும் அட்டைப்படமும் ஓவியர் பிள்ளையின் கை வண்ணமே.

இக்கதைகளில் உலா வரும் கதாபாத்திரங்கள் என்னுலகில் இயங்கிய, இயங்கிக்கொண்டிருக்கிற மனிதர்களே. இக்கதைகளில் எனது கற்பனையும் இருக்கிறது. சில உண்மைச் சம்பவங்களும் இருக்கிறது.

எனது கதைகளைப் படித்துப்பார்த்து, அதற்கு அணிந்துரையும் எழுதிக்கொடுத்த, பிரபல அறிவியல் புனை கதை எழுத்தாளர் திரு. **ஆர்னிகா நாசர்** அவர்களுக்கு எனது பணிவான நன்றிகள்.

எனது எழுத்துலகப்பணிக்கு எப்போதும் தங்கள் நேரத்தை விட்டுக்கொடுத்துவரும் என் மனைவி **க.உமா மகேஸ்வரி**, என் அன்பு மகன்கள் **க.ஆதித்தன், க.அகிலன்** மற்றும் எனது உறவுகளுக்கும், நெருங்கிய நட்புகளுக்கும் பேரன்பு.

சென்னையில் எனக்கு இடர்கள் வரும்போதெல்லாம், என்னை தூண்போல் தாங்கிப் பிடிக்கும் என் ஆருயிர் நண்பர்களான **தி.ராஜேந்திர பிரசாத், அ.பிரேம் சந்திரன், ஜோசப் பிரதீப் ராஜ்** ஆகியோர்களுக்கு இப்புத்தகத்தை நட்பு'டன்' சமர்ப்பிக்கிறேன்.

என்றென்றும் அன்பு'டன்'

மோ.கணேசன்
+91-9444296929
moganan@gmail.com
http://youtube.com/vaalutv
http://fb.com/moganesan

31.12.2021
சென்னை

வாண்டுமாமாவின் அருளும் ஆசியும்!

பத்திரிகையாளர் திரு. மோ.கணேசன் ஒரு பன்முகம் கொண்ட அஷ்டவதானி. இவரின் குரல் வித்தியாசமானது. இலங்கை வானொலியின் அந்நாளைய அறிவிப்பாளர் கே.எஸ்.ராஜாவின் குரலைப் போலவே இவரது குரலும் இருக்கும். அந்த குரலின் கரகரப்பு எனக்கு மிகவும் பிடிக்கும்.

வாலு டிவியில் இவரது கிணற்று நீச்சலைப் பற்றிய விடியோக்களை பார்த்துவிட்டு, அதன் பாதிப்பில்தான் நான் தினமலர் சிறுவர் மலரில் ‘கடல்கன்னி நகரம்’ எனும் சிறுவர் தொடர் எழுதினேன்.

மூத்த எழுத்தாளர்களிடம் இவர் காட்டும் அன்பும் மரியாதையும் அலாதியானது. என்னுடன் ஆன ஒரு நேர்காணலை கைபேசி மூலம் 90 நிமிடங்களில் எடுத்து விட்டார் மோ.கணேசன். எடுத்த நேர்காணலை எழுத்து வடிவாக்கி எனக்கு அனுப்பியிருந்தார். அந்த எழுத்து வடிவ நேர்காணலில் ஒரு துளி கூட கருத்துப்பிழை இல்லை. வியந்து போனேன்!

சிறுவர் இலக்கியத்தில் அதீதக் கற்பனை, பொது அறிவு, விஞ்ஞானம், நன்னெறி, சரித்திரம் மற்றும் நகைச்சுவை பெருக்கெடுத்து ஓடும். சிறுவர் இலக்கியம் இலக்கணச் சுத்தமாய் எழுதப்படிக்க சிறார்களுக்கு உதவுகிறது. தமிழில் சிறுவர் இலக்கியம் எழுதவும் எழுத்தாளர்கள் இல்லை. படிக்கவும் சிறார்கள் தயாராகவும் இல்லை.

இந்த எதிர்மறை சூழ்நிலையிலும் பூவண்ணன், கொ.மா. கோதண்டம், விழியன், கன்னிகோயில் ராஜா, ஆர்.வி.பதி, சுதாராஜ் போன்றோர் சிறுவர் இலக்கியம் எழுதியுள்ளனர். மோ.கணேசன் அவர்களின் சிறுவர் இலக்கியம் தற்கால சமூக பிரச்சனைகளுக்கு சிறார் வழியாக தீர்வு சொல்கிறது. பண்டிதர் நடை தவிர்த்து சிறுவர் மொழியில் கதை சொல்கிறது. அவருடைய பத்திரிகை உலக அனுபவம் சிறுவர் இலக்கியம் எழுத சிறப்பாக உதவி செய்திருக்கிறது.

மோ.கணேசன் எழுதிய 'மயில் போட்ட கணக்கு' சிறுவர் சிறுகதைகள் தொகுப்பை வாசித்தேன். இத்தொகுப்பில் பத்து சிறுகதைகள்.

இமயமலையில் இருக்கும் தீப்பிடிக்காத மரத்தை கொண்டு வர மானும் சிங்கவால் குரங்கும் நெடும்பயணம் செல்லும் 'சண்டையா? சமாதானமா?' சிறுகதை. கோயில் தெப்பங்களின் நீர்மாசை அப்பட்டமாக்கும் 'பாவம் கரையுமா?' சிறுகதை.

குரங்குக்கும் காட்டுப்பூனைக்கும் இடையே ஆன சண்டை எப்படி முடிவுக்கு வந்தது என கூறும் 'குரங்கு குட்டியும் காட்டுப்பூனையும்' சிறுகதை. ஆடுகளுக்கு ரெயின்கோட் தயாரித்து கொடுக்கும் மிருகாபிமான கணேசன் 'மழையும் ஆடுகளும்' சிறுகதையில்.

‘வழிகாட்டி’ சிறுகதையில் தர்ஷினி தகவல் அறியும் உரிமை சட்டத்தை சிறப்பாகப் பயன்படுத்துகிறாள். அல்பினிசக் குறைபாடு உள்ள கனிமொழி வாழ்க்கையில் போராடி ஜெயிப்பதை ‘கேட்டால் கிடைக்கும்’ கதையில் நெருப்பாகக் கூறியிருக்கிறார் கணேசன்.

‘போராட்டம்’ ஒலிமாசுக்கு எதிரான கதை. ‘மயில் போட்ட கணக்கு’ மிகைதன்னம்பிக்கை ஆபத்தானது என கூறுகிறது. ‘யார் கொடுத்தது?’ குழந்தைகள் திருமணத்திற்கு எதிரான கதை.

இந்த கதைகளுக்கு மிகவும் அற்புதமான முறையில், சிறார்களை ஈர்க்கும் வகையில் ஓவியங்களை வரைந்து தந்திருக்கும் பிள்ளை அவர்களுக்கு எனது பாராட்டுகளும், வாழ்த்துகளும்.

நான் எழுதும் சிறுவர் கதைகளுக்கு அழகிய முன்மாதிரி எழுத்தாளர் வாண்டுமாமாதான். வாண்டுமாமாவின் அருளும் ஆசியும் மோ.கணேசனின் எழுத்துகள் மீது பிரசன்னமாகட்டும். எழுத்தில் பூரணம் பெற வாழ்த்துகிறேன்.

என்றென்றும் அன்புடன்

பி.ச.ஆர்னிகா நாசர்
எழுத்தாளர்
*29.*அருள் நகர், தெற்கு உக்கடம்,
கோயம்புத்தூர் - *641001*
கைபேசி: *7358962913*

21.12.2022
கோயம்புத்தூர்

1. மழையும் ஆடுகளும்!

ஓங்கி உயர்ந்திருந்தது ஆனைவாரி மலை. அந்த மலையின் ஓரத்தில் ஆடுகளை மேய்த்துக்கொண்டிருந்தார் வீராசாமி. அவருக்கு 76 வயதிருக்கும். அவரிடம் 12 ஆடுகள் இருந்தன. தினமும் ஆடுகளோடு மலைக்கு வந்துவிடுவார். மலை மீது ஆடுகளை மேய்த்துக் கொண்டிருப்பார்.

மலைப்பகுதியில் இருந்து வீட்டுக்கு சென்று வர வேண்டும் என்றால் ஒரு மணி நேரம் ஆகிவிடும். மலையில் பாம்புகள், முயல்கள், நரிகள், கரடிகள், யானைகள், காட்டுப்பன்றிகள், குரங்குகள், கீரிப்பிள்ளைகள் என பலவித விலங்குகள் சுதந்திரமாக சுற்றித்திரியும். அதனால் அவர் ஆடுகளை தனியே விட்டுவிட்டு எங்கும் செல்ல மாட்டார்.

அவரது காலத்தில் வசதி இல்லாததால் அவரால் படிக்க முடியவில்லை. அவரது ஒரே மகனான மோகனை பள்ளிக்கு அனுப்பினார். அவரோ வாத்தியார் அடித்துவிட்டார் என்பதற்காக பள்ளிக்கூடமே செல்லாமல் மளிகைக் கடை வைத்து விட்டார்.

வயதான காலத்தில் வீராசாமியால் வீட்டில் சும்மா இருக்க பிடிக்காமல் ஆட்டுக்குட்டிகளை வாங்கி வளர்த்து பெரிதாக்கி, விற்றுவிடும் வேலையில் இறங்கி விட்டார்.

அவரது மகன் மோகன் எவ்வளவோ எடுத்து சொல்லியும் வீராசாமி கேட்பதாக இல்லை. ஆடுகளை ஓட்டிக்கொண்டு காலையில் மலைப்பக்கம் கிளம்பினார் என்றால் சாயந்திரம்தான் வீடு திரும்புவார். சாப்பாடு எடுத்துச் செல்ல மாட்டார்.

பசித்தால் மலையில் விளையும் மாம்பழங்கள், கொய்யாப் பழங்கள், சீத்தாப் பழங்களை பறித்துச் சாப்பிட்டுக் கொள்வார்.

மலைக்கு யாரேனும் வேட்டையாட வந்தால் தடுத்து நிறுத்தி சண்டை போடுவார். காட்டு விலங்குகள் நாட்டின் பெருஞ்செல்வம். இயற்கை சமநிலைக்கு அந்த உயிர்கள் தேவை என்று சொல்லி விரட்டிவிடுவார்.

அன்று அவருக்கு மிகவும் பசி எடுத்தது. சுற்றிலும் பார்த்தார் எங்கும் பழங்கள் கிடைக்கவில்லை. மலையின் ஓரத்தில் குச்சிக்கிழங்கு செடி வளர்ந்திருந்தது ஞாபகத்திற்கு வந்தது. கூடவே அவரது பேரன் கணேசனும் ஞாபகத்திற்கு வந்தான்.

நகராட்சி நடுநிலைப் பள்ளியில் 6ம் வகுப்பு படித்துக்கொண்டிருக்கிறான். அவனுக்கு தாத்தா வீராசாமி என்றால் அவ்வளவு பிரியம். அவருக்கோ அதைவிட பிரியம். அவரது மனைவி அங்கம்மாள் இறந்து போனதில் இருந்து, அவருக்கு இருக்கும் மிகப்பெரிய பேச்சுத்துணை அவரது பேரனான கணேசன்தான்.

கேள்வி கேட்டே துளைத்து எடுப்பதில் மன்னன் அவன். அவனது அப்பா மோகனிடம் சென்று ஏதேனும் கேட்டால், “எனக்கு வேலை இருக்கு... நீ போய் உன் தாத்தாகிட்ட போய் கேளு...” என்று சொல்லி அனுப்பி வைத்துவிடுவார். அவனது அம்மாவிடம் சென்று கேட்டாலும், அவரும் அதையேதான் சொல்லுவார்.

அதனால் எந்த சந்தேகம் என்றாலும் நேரே அவனது தாத்தா வீராசாமியிடம் கேட்டுத் தெரிந்துகொள்வான். தினமும் பள்ளியில் என்ன சொல்லிக்கொடுத்தார்கள் என்று அவனது தாத்தாவிடம் சொல்லிவிடுவான். பள்ளிக்கூடம் முடிந்ததும், வீட்டுக்கு வந்ததில் இருந்து இரவு தூங்கும் வரை அவரோடுதான் இருப்பான்.

அன்று ஒரு சனிக்கிழமை. வீராசாமியோடு கணேசனும் ஆடு மேய்க்க வருவதாகச் சொன்னான்.

"படிக்கற பையனுக்கு எதுக்குப்பா... ஆடு மேய்க்கற வேல... நீ வீட்லயே இருப்பா..." என்றார் வீராசாமி.

"தாத்தா! நான் ஒண்ணும் ஆடு மேய்க்க வரல. அம்மாவும் அப்பாவும் வீட்ல இருக்க மாட்டாங்க. நான் மட்டும் வீட்ல தனியா இருக்கணுமா? அதான் உங்ககூட வரேன்னு சொல்றேன். கூட்டிட்டு போங்க தாத்தா" என்றான் கணேசன்.

"சரி... வா போகலாம்..." என்றபடியே ஆடுகளோடு, அவனையும் கூட்டிக்கொண்டு சென்றார்.

போகும் வழியில் அய்யாவு என்பவர், அவரது வயலில் குச்சிக்கிழங்குகளைப் பிடுங்கிக்கொண்டிருந்தார்.

வீராசாமி போவதைப் பார்த்தது, "வீராசாமி மாமா... உங்களைத்தான் பாக்கணும்னு நினைச்சிகிட்டே இருந்தேன். நீங்களே வந்துட்டீங்க!" என்றார் அய்யாவு.

"என்ன விஷயம்... சொல்லு அய்யாவு?" என்றார் வீராசாமி.

"நான் வயல்ல நெல்லு வெதைக்கலாம்னு இருந்தப்போ... நீங்கதான்... இந்த முறை நெல்லு வேண்டாம். வயலில் மண்ணு நல்லா கறுத்திருக்கு.

குச்சிக்கிழங்கு விதைச்சிடு. விளைச்சல் நல்லா இருக்கும்னு சொன்னீங்களே! உங்க பேச்சை கேட்டேன். இப்போ கிழங்குங்க நல்லா விளைஞ்சிருக்கு மாமா. இந்தாங்க பிடிங்க" என்றபடி நன்றாக விளைந்திருந்த குச்சிக்கிழங்கை செடியோடு பிடுங்கி அவர் கையில் கொடுத்து அனுப்பினார் அய்யாவு.

அன்பாகக் கொடுத்த குச்சிக்கிழங்கினை, அப்படியே செடியோடு தூக்கியபடியே மலைக்கு வந்து சேர்ந்தார்கள். ஆடுகளை மேய விட்டார் வீராசாமி. பசி எடுத்தபோது வேர்பகுதியில் இருந்த கிழங்குகளை வெட்டி இருவரும் சாப்பிட்டார்கள். கிழங்கு மிகவும் ருசியாக இருந்தது. அவர்கள் சாப்பிட்டதுபோக கிழங்கு மிச்சம் இருந்தது.

"ஏன் தாத்தா... கிழங்குலதான் விதையே இல்லையே? இந்த கிழங்கை எப்படி வயல்ல விதைக்கறாங்க?" என்று தனது கேள்விகளை ஆரம்பித்தான் கணேசன்.

"அதுவா செல்லக்குட்டி! இதற்கு விதை தேவை இல்லை. இதோ இருக்கே... கிழங்கு செடியோட குச்சி... அதை துண்டுத் துண்டா நறுக்கி வயலில் நட்டுவச்சா போதும்... 3 மாசத்துல கிழங்கு விளைஞ்சிடும்!"

"ஓ... அப்படியா தாத்தா! நாம இப்போ கிழங்குகளை வெட்டி எடுத்துட்டோம். இலைகளை ஆட்டுக்கு கொடுத்துட்டோம். இப்போ இந்த குச்சி மட்டும்தான் இருக்கு. இதை துண்டா நறுக்கி வச்சா முளைக்குமா?"

"ஓ... நல்லா முளைக்குமே!"

"அப்படின்னா... இந்த குச்சியை துண்டு துண்டா நறுக்குங்க. இங்கயே நட்டு வைக்கலாம் தாத்தா. எப்பவாச்சும் நமக்கு பசிச்சுதுன்னா... இந்த கிழங்கை பறிச்சி சாப்பிடலாம்"

“இது மலைப்பகுதிப்பா... கல்லும் மண்ணுமா இருக்கும். இங்க இதெல்லாம் சரியா வளராது.”

“வளருதோ இல்லையோ? நட்டு வைக்கலாம் தாத்தா”

“அட... இங்க விதைக்கறது வீணாகிடும்பா...”

“விதைச்சது முளைச்சா மரம். இல்லைன்னா மண்ணுக்கு உரம்னு... நீங்கதான சொல்லியிருக்கீங்க. நீங்க வெட்டிக்கொடுங்க... நான் நட்டு வைக்கிறேன் தாத்தா...” என்று அடம்பிடித்து, கணேசன் நட்டுவைத்த 6 குச்சிகளில் 5 குச்சிகள் வளரவில்லை. ஒரு குச்சி மட்டும் நன்றாக வளர்ந்திருந்தது.

அந்த செடிதான் இப்போது அவரது கண்ணில் பட்டது. நன்றாக விளைந்திருந்த செடியைச் சுற்றி இருக்கும் மண்ணை மிக கவனமாகப் பறித்து, கிழங்குகளை வேரோடு வெளியே எடுத்தார். மொத்தம் 12 கிழங்குகள். நன்றாக வளர்ந்திருந்தன.

மறுபடியும் அவரது பேரன் கணேசனை நினைத்துக்கொண்டார். மறக்காமல் மீண்டும் அந்த குச்சிகளை 10 துண்டுகளாக நறுக்கி, வேறு இடங்களில் நட்டுவைத்தார்.

பசிக்கு இரண்டு கிழங்குகளை உரித்துச் சாப்பிட்டார். முன்பைவிட சுவையானதாக இருந்தது. இலைகளை ஒடித்து ஆடுகள் சாப்பிடுவதற்காக கட்டி எடுத்துக்கொண்டார்.

அது மழைக்காலம் என்பதால், திடீரென மேகங்கள் கறுத்தது. இனி மலையில் இருப்பது ஆபத்து. மழை அதிகமாகப் பெய்தால் மலையில் இருந்து மண் சரியும். பாறைகள் சரியும் ஆபத்தும் இருக்கிறது என்பதால், ஆடுகளை எல்லாம் மலையிலிருந்து கீழே ஓட்டினார்.

கீழே வந்ததும், விரைவாக வீடு நோக்கி நடக்க ஆரம்பித்தார். ஆடுகளும் அவரது பின்னாடியே சென்றன.

அவர் எதிர்பார்த்தது போலவே மழை பெய்யத் தொடங்கியது. வீராசாமி குடை எதுவும் எடுத்துக்கொண்டு போகவில்லை. நாலடி தூரம் நடப்பதற்குள் முழுதும் நனைந்துவிட்டார். ஆடுகளும் நனைந்துவிட்டன.

எங்கும் நிற்கவில்லை. மழையில் நனைந்தபடியே வீட்டிற்கு வந்தார். ஆடுகளை அதனிடத்தில் கட்டி வைத்தார். ஆடுகள் முழுதும் நனைந்துவிட்டதால் நடுங்கிக்கொண்டிருந்தன.

கிழங்குகளோடு வீட்டிற்குள் நுழைந்தார் வீராசாமி.

வீட்டுப்பாடம் எழுதிக்கொண்டிருந்தான் கணேசன்.

"செல்லக்குட்டி... தாத்தா வந்துட்டேன்... அம்மா எங்கப்பா?" என்று கேட்டார்.

"மாமா வீட்டுக்கு போயிருக்காங்க தாத்தா. ஏன் தாத்தா இப்படி நனைஞ்சிகிட்டு வந்தீங்க. மழை வந்துச்சின்னா, ஓரமா நின்னுட்டு வரலாமே..?"

"உன்னப் பாக்கத்தான்டா வந்தேன்."

"நான் இங்கேதான இருக்கப்போறேன். இப்படி நனைஞ்சி போயிட்டீங்களே. குடைதான் வீட்ல இருக்கே. எடுத்துகிட்டு போயிருக்கலாமே தாத்தா. நான் நனைஞ்சா மட்டும் சண்டை போடறீங்க. நீங்க மட்டும் நனையலாமா?"

"மழை வரும்னு நான் எதிர்பார்க்கலப்பா. மழை வந்தா நான் குடை பிடிச்சிக்கலாம் சரி. ஆடுங்களுக்கு என்ன குடையா இருக்கு? அதுவும் பாவம்தானே! அட உன் தாத்தாவுக்கு ஒன்னும் ஆகாதுப்பா..."

“என்ன தாத்தா இப்படி சொல்றீங்க... இந்தாங்க துண்டு முதலில் தலையைத் துவட்டுங்க”

“நான் துவட்டிக்கறதுக்கு முன்னாடி, உன்கிட்ட ஒண்ணு சொல்லணும்”

“என்ன தாத்தா சொல்லணும்?’

“நீ சொன்னது நடந்துடுச்சிடா செல்லக்குட்டி...”

“என்ன நடந்துடுச்சி தாத்தா?”

நடந்ததைத் சொன்னார் வீராசாமி.

“ஹையா... நான் நட்டுவச்ச செடியில கிழங்கு வந்துடிச்சா... தாத்தா... எனக்கு கிழங்கை வேக வச்சி தாங்க... சாப்பிடறேன்”

அவன் கேட்டபடியே கிழங்கை வேக வைத்துக்கொடுத்தார். அவனும் சாப்பிட்டான்.

இரவானதும், சாப்பிட்டு விட்டு படுத்தார் வீராசாமி. மழையில் நனைந்து விட்டதால் அவரது உடல் நடுங்கிக் கொண்டிருந்தது. மழை பெய்துகொண்டே இருந்தது.

இரண்டு கம்பளி போர்வைகளை எடுத்துவந்து அவருக்கு போர்த்திவிட்டான் கணேசன்.

“ஆடுகளும் பாவம்பா... அதுங்க உடம்பும் நடுங்கிக்கிட்டு இருந்துச்சு” என்றார் வீராசாமி.

“காலையில அதைப் பாத்துக்கலாம் தாத்தா... நீங்க தூங்குங்க...” என்றான்.

பொழுதுவிடிந்தது. ஆனால் மழை விடவில்லை. தொடர்ந்து 3 நாட்கள் மழை பெய்துகொண்டே இருந்தது. வீட்டிலிருந்த தீவனம் எல்லாம் 2 நாட்களில் தீர்ந்துவிட்டது.

இனி ஆடுகளுக்குத் தீவனம் இல்லை. மேய்ச்சலுக்கு போய்த்தான் ஆக வேண்டும்.

கனமழை இல்லை என்றாலும், விடாமல் மழை தூறிக்கொண்டே இருந்தது. ஆடுகள் பசியால் கத்திக்கொண்டே இருந்தன.

"இன்னிக்கு ஆடுகளை மேய்ச்சலுக்கு ஓட்டிகிட்டு போய்த்தான் ஆகணும். அதுங்க நனைஞ்சாலும் பரவால்ல" என்று சொல்லியபடி கையில் குடையோடு வந்தார் வீராசாமி.

"ஆடு மேய்க்கப் போக வேண்டாம்" என்று அவரது மருமகள் வள்ளியம்மை சொல்லியும் அவர் கேட்கவில்லை. வெளியே வந்தார்.

ஆட்டுப்பட்டிக்குள் இருந்து கணேசன் குரல் கொடுத்தான். "தாத்தா... அப்பா உங்களுக்கு மழைக்கோட்டு வாங்கிட்டு வந்திருக்காரு! அதைப் போட்டுகிட்டு வாங்க. அதுக்குள்ள ஆடுகளை நான் கூட்டிகிட்டு வரேன்" என்றான்.

வீட்டுக்குள் சென்றார். அவரது மருமகள் ரெயின்கோட்டை அவரிடம் எடுத்து நீட்டினார். "மழையில போகாதீங்கன்னு சொன்னாலும் கேட்கமாட்டேங்கறீங்க... அதான், அவர்கிட்ட சொல்லி ரெயின் கோட்டை வாங்கிட்டு வரச்சொன்னேன். இதை போட்டுக்கோங்க மாமா" என்றார்.

"நாம பட்னியா இருக்கலாம்மா. பாவம் அதுங்க வாயில்லா சீவனுங்கம்மா. மூணு நாளா ஒரே இடத்துல கட்டி போட்டிருக்கோம். அதுங்க பசியால துடிக்கறதப் பாக்கவே கஷ்டமா இருக்கும்மா... அதான் ஆடுகளை மேய்ச்சலுக்கு கூட்டிகிட்டுப் போறேன்" என்றார்.

“முடிவு எடுத்துட்டீங்க. உங்க வார்த்தையை எங்களால மீறமுடியாது மாமா. போயிட்டு சீக்கிரமா வந்துடுங்க. மலைப்பக்கம் போக வேண்டாம்” என்றார்.

“சரிம்மா...” என்றபடியே ரெயின்கோட்டை போட்டுக்கொண்டார். இனி எந்த மழை வந்தாலும் அது தாங்கும். அது அவருக்கு சரியாக இருந்தது.

வெளியே வந்தவர் ஆடுகளைப் பார்த்தார். அவரது கண்களை அவரால் நம்ப முடியவில்லை. அத்தனை ஆடுகளுக்கும் ரெயின் கோட் மாட்டப்பட்டிருந்தது.

25 கிலோ அரிசி சாக்கினை, அழகாக இரண்டு புறம் நூலைப் பிரித்துவிட்டு, ஆட்டின் முதுகின்மேல் போர்த்தி விட்டிருந்தான் கணேசன். அதன் கழுத்தின் முன்புறம் ஊக்கினால் சாக்கினை இணைத்திருந்தான். முதுகின்மேல் போர்த்தப்பட்டிருக்கும் சாக்கு, காற்றில் பறக்காமல் இருக்க முன்னங்கால்களுக்கும், பின்னங்கால்களுக்கும் இடையே தளர்வாக ஒரு கயிறுபோட்டு கட்டி இருந்தான்.

“தாத்தா! உங்கள மாதிரியே ஆடுகளுக்கும் மழைக்கோட்டு மாட்டியாச்சு... இனிமே அதுங்க உடம்பு நனையாது. குளிருல உடம்பும் நடுங்காது” என்றான் கணேசன்.

“அடேய் என் செல்லக்குட்டி. இப்படி செய்யணும்னு உன் தாத்தாவுக்கு தெரியாம போச்சேடா. நீ பெரிய ஆளா வருவடா” என்று முத்தமழை பொழிந்துவிட்டு, மகிழ்ச்சியோடு ஆடுகளை ஓட்டிக்கொண்டு கிளம்பினார்.

அரிசிச் சாக்கினால் செய்யப்பட்ட மழைக்கோட்டுகளோடு, ஆடுகளும் ஒய்யாரமாக அவரது பின்னால் செல்ல ஆரம்பித்தன.

❁❁❁

2. சண்டையா? சமாதானமா?

எங்கு பார்த்தாலும் பசுமை... எங்கு பார்த்தாலும் பூக்கள்... எங்கு பார்த்தாலும் காய்கனிகள்... எங்கு பார்த்தாலும் கிழங்குகள் என அந்த மோகன வனம் முழுக்க இயற்கை தனது வள்ளல் தன்மையைக் காட்டியிருந்தது. பறவைகளுக்கும் விலங்குகளுக்கும் அங்கே தண்ணீருக்குப் பஞ்சமில்லை. அங்கங்கே குளங்களும் அருவிகளும் ஆறுகளும் இருந்தன.

அருவிகளிலும் ஆறுகளிலும் மீன்கள் துள்ளிக்குதித்து விளையாடின. அந்த காட்டில் கரடிகள், மான்கள், புலிகள், சிங்கங்கள், குரங்குகள் என அனைத்து விதமான விலங்குகளும் வாழ்ந்து வந்தன.

ஆனால், ஒவ்வொரு விலங்குகளும் தங்களின் கூட்டத்தோடு மட்டுமே வாழ்ந்து வந்தன. மற்ற விலங்கு கூட்டங்களோடு நட்புறவாக இல்லை.

இதனால் அந்த காட்டில் சுயநலம்தான் பெருகிப்போயிருந்தது. பொதுநலம் வளரவில்லை.

பச்சைப் பசேல் என இருந்த அந்த சித்திர வனம், வெயில் காலம் ஆரம்பித்ததும் அருவியிலும், ஆறுகளிலும் தண்ணீர் வறண்டு போக ஆரம்பித்தன. குளங்கள் சிறு குட்டை அளவிற்கு மாறிப்போயின.

பசுமை எல்லாம் உருமாறத் தொடங்கியது. நீரின்றி வனம் காய்ந்த பூமியாக மாறத் தொடங்கியது. வழக்கத்திற்கு மாறாக அந்த ஆண்டு அதிக வெப்பம் நிலவியது.

இதனால் காய்ந்துபோன மரக்கிளைகள் காற்றில் உரசி உரசி... ஏற்பட்ட வெப்பத்தில் தீப்பற்றிக்கொண்டது. அப்போது வீசிய காற்றில் அருகிலிருந்த மரம் செடி கொடிகளுக்கும் பரவிய தீ, காட்டுத்தீயாக மாறியது.

காற்றும் வேகமாக வீசவே, கட்டுக்கடங்காமல் காட்டுத் தீ பரவிக்கொண்டிருந்தது.

காட்டுத்தீ பரவ ஆரம்பித்ததும், அந்த பகுதியில் இருந்த விலங்குகள் தப்பித்தோம் பிழைத்தோம் என காட்டின் வேறு பகுதிக்குத் தலைதெறிக்க ஓடின.

நீரே இல்லாத அந்த வனத்தில் உள்ள விலங்குகளுக்கு என்ன செய்வதென்று தெரியவில்லை.

தீயணைப்புத்துறையில் இருந்த யானைக் கூட்டதுக்கு தகவல் பறந்தது. அக்கூட்டமோ பக்கத்துக் காட்டில் இருந்து, குடிப்பதற்காக வைத்திருந்த தண்ணீர் வண்டிகளை எடுத்து வந்து தீயை அணைக்க முயன்றன.

ஒட்டகச்சிவிங்கிகள் பக்கத்து காட்டில் உள்ள தண்ணீரை எடுத்துக் கொண்டு வந்து அணைத்தன. சிறுத்தைகள் வேக வேகமாக பக்கத்துக் காட்டிற்கு சென்று வாளிகளில் தண்ணீர் கொண்டுவந்து கொடுத்தன. குரங்குகள் தங்கள் பங்கிற்கு சுரைக்குடுவைக்களில் தண்ணீரை எடுத்து, மரத்திற்கு மரம் உள்ள குரங்குகளிடம் மாற்றி மாற்றி கொடுத்து தீயை அணைத்தன.

ஒருவழியாக அனைத்து விலங்குகளும், இரண்டு நாட்கள் படாத பாடுபட்டு காட்டுத்தீயை அணைத்தன.

அதற்குள் பாதி வனம் அழிந்துவிட்டது.

எல்லா விலங்குகளும் ஒன்று கூடின. காட்டில் தீப்பிடித்தது எப்படி? என்று பேசிக்கொண்டன.

இந்த பூமியில் இருக்கும் சூழல் மாறிவிட்டது. காலநிலை முற்றிலும் மாறிவிட்டது. மழை பொய்த்துவிட்டது. உலகம் முழுக்க வனத்தை அழித்துவிட்டார்கள்.

இப்படியே போனால் எந்த உயிரினங்களும் பூமியில் வாழ முடியாது. நாம மட்டும் வாழ்ந்தால் போதும். மத்தவங்க வாழ்ந்தால் நமக்கென்ன? வாழாவிட்டால் நமக்கென்ன? என்று இருக்கக்கூடாது. இருக்கும் காலங்களில் இனியேனும் நாம் ஒற்றுமையாக வாழவேண்டும்.

நாம் ஒவ்வொருவரும் அழிந்து போன இந்த வனத்தைப் பெருக்க வேண்டும். நிறைய இடங்களில் விதைகளைப் பரப்ப வேண்டும். மழை நீரை சேகரிக்க வேண்டும். குளங்களை தூர் வார வேண்டும். அதற்கு நாம் எல்லோரும் ஒன்றாக இணைந்து வேலை செய்ய வேண்டும் என்று முடிவெடுத்தன.

இதற்காக பக்கத்து காடுகளுக்கு மட்டுமின்றி, வெளி தேசங்களில் உள்ள காடுகளுக்கும் சென்று விதைகளை எடுத்து வருவது என்று முடிவு செய்துகொண்டன.

கரடியும் நரியும் ஒன்றாக சேர்ந்து பக்கத்து காட்டில் விதைகளைச் சேகரிக்க ஆரம்பித்தன. புலியும் கீரிப்பிள்ளையும் சேர்ந்து மற்றொரு காட்டில் விதைகளைச் சேகரிக்க ஆரம்பித்தன.

இப்படி எல்லா விலங்குகளும் ஒன்றோடு ஒன்று சேர்ந்து விதைகளைச் சேகரித்து வந்து, எரிந்து போன வனப்பகுதியில் நட்டு வைத்தன.

நீர்யானை, நீர் நாய் எல்லாம் சேர்ந்து குளங்களை தூர்வாரின. யானை, வரிக்குதிரை, மான், சிங்கம் என எல்லா விலங்குகளும் ஆற்றின் கரைகளை பலப்படுத்தின.

அப்போது அங்கிருந்த வயதான ஆமை ஒன்று, "இமயமலையில் தீப்பிடிக்காத மரங்கள் இருக்கிறது. அந்த மரத்தின் விதைகளை நம் காட்டில் நட்டுவைத்தால், எதிர்காலத்தில் நம் காட்டில் காட்டுத்தீயே ஏற்படாது. யாரேனும் போய் எடுத்துவாருங்கள்" என்று ஆலோசனை சொன்னது.

எந்த விலங்குகளும் இமயமலை போவதற்குத் தயாராக இல்லை. புலியும் சிங்கமும், "காட்டை காக்கவேண்டிய பொறுப்பு இருக்கிறது. அதனால் நாங்கள் செல்ல முடியாது" என்றன.

"நதியைக் காக்கும் பொறுப்பு இருக்கிறது எங்களுக்கு இருக்கிறது" என்று கரடிக் கூட்டம் சொன்னது. எந்த விலங்குகளும் அங்கு செல்ல விரும்பவும் இல்லை.

அப்போது, "இமயமலைக்குப் பயணம் செய்ய நாங்கள் தயார்" என்று இரண்டு கலைமான்கள் சொல்லின. "அவர்களுக்குத் துணையாக நான் போகிறேன்" என்று சிங்கவால் குரங்கு ஒன்று சொல்லியது.

"ஓ... அப்படியா? ரொம்ப நல்லது! பத்திரமா போய்ட்டு வாங்க. போய்ட்டு வந்துருவீங்கதானே?" என்று சில விலங்குகள் கிண்டலாகக் கேட்டன.

"வாயை மூடுங்க எல்லோரும். நாம இருக்கிற இந்த வனம்தான் நமக்கு எல்லாமே. மனுசங்க காட்டை அழிச்சு, நிறைய தொழிற்சாலைகளை கட்டி பூமியையே சூடாக்கிட்டாங்க. பருவங்கள் எல்லாம் மாறிப்போச்சு. திடீர்னு வறட்சி வருது, திடீர்னு மழை பெய்யுது.

இப்படி இருக்கிற நிலமையில, தீப்பிடிக்காத மரத்தை இங்க கொண்டு வாங்கன்னு சொன்னதுக்கு, யாருக்கும் போக தைரியமில்லை. துணிச்சலா போற மான்களையும், குரங்கினையும் கிண்டல் பண்றீங்களே..." என்று ஆமை மற்ற விலங்குகளை அடக்கியது.

உடனே மற்ற விலங்குகள் எல்லாம் அமைதியாகி விட்டன.

கலைமான்கள் பக்கம் திரும்பிய ஆமை, "உங்களோட தைரியத்தைப் பாராட்டறேன். சிங்கவால் குரங்கே உன்னையும் பாராட்டறேன். காட்டைக் காப்பாத்த நீங்களாவது இருக்கீங்களேன்னு உங்கள நினைச்சி பெருமைப்படறேன்.

மூணு பேரும் பத்திரமா போயிட்டு வாங்க. அங்க எல்லாமே பனியால மூடியிருக்கும். நான் சொன்ன அந்த மரம் மட்டும் பனியால மூடாம இருக்கும். அதுதான் அந்த மரத்தோட அடையாளம். அங்க இருந்து திரும்பி வரும்போது இமயமலையில் உள்ள அரிய செடிகளின் மூலிகைகள், விதைகள், பழங்கள் என அனைத்தையும் கொண்டு வாருங்கள்.

சண்டை போட்டுக்கொள்ளாமல் ஒருத்தருக்கு ஒருத்தர் ஆதரவா இருந்தாதான், இந்த வேலையை உங்களால செய்ய முடியும்" என்று ஆமை சொல்லியது.

கலைமான்களும் சிங்கவால் குரங்கும் "அப்படியே செய்யறோம் ஆமையாரே" என்று பணிவோடு பேசின.

"இங்கே இருந்து இமயமலைக்கு போக ஒரு மாதம் ஆகும். வெளியில் உள்ள உணவு இவர்களுக்கு ஆபத்தை ஏற்படுத்தலாம். அதனால் இந்த மூன்று பேருக்கும் தேவையான உணவுகளைக் கொடுப்பது நமது கடமை" என்று சொன்னது ஆமை.

சித்திர வனத்திலுள்ள விலங்குகள் எல்லாம் ஆமையார் சொன்னபடி, ஒரு மாதத்திற்கான உணவையும் கட்டின. எல்லா விலங்குகளும் ஒன்று சேர்ந்து அந்த 3 விலங்குகளையும் வழியனுப்பி அனுப்பி வைத்தன.

சிங்கவால் குரங்கும், இரண்டு கலை மான்களும் அவரவர் சோத்து மூட்டைகளோடு இமயமலையை நோக்கி தங்களது பயணத்தைத் தொடங்கின.

இமயமலை இருக்கும் திசை நோக்கி நடந்துகொண்டே இருந்தன. ஏரி, குளம், காடு என காட்டுப்பகுதியாகவே நடந்து சென்றன. சிங்கவால் குரங்கு சோர்ந்து போனால் கலைமான்கள் மீது ஏறிக்கொள்ளும். அதன் கொம்புகளைப் பிடித்துக்கொள்ளும். இரவானால் பாதுகாப்பான இடமாகப் பார்த்து மூன்று பேரும் தூங்கிக்கொள்வார்கள். இப்படியாக அவர்கள் பயணம் தொடர்ந்தது.

ஒரு மாதத்திற்குள் இமய மலையை அடைந்திருக்கலாம். போகும் வழியில் பல்வேறு தடைகள் காரணமாக இமயமலையை நெருங்குவதற்கு ஒன்றரை மாதமாகி விட்டது.

ஒரு மாத காலத்திற்கு மட்டுமே உணவு அவர்களிடம் இருந்தது. அது தீர்ந்து போனதால், வழியில் மூன்றும் சேர்ந்தே உணவைத் தேடிக்கொண்டன.

“போகும் வழியோ புதிதாக இருக்கும். அதில் விஷச் செடிகள், விஷக்காய்கள், விஷப்பழங்கள் எது எது என்று உங்களுக்கு தெரியாது. அதனால் மூவரும் இணைந்தே உணவைத் தேடுங்கள். சாப்பிட்டுப் பழகிய உணவுகளை மட்டுமே சாப்பிட வேண்டும். புதிய உணவுகளிடம் எச்சரிக்கையாக இருங்கள்” என்று ஆமை இவர்களிடம் எச்சரித்து அனுப்பி இருந்தது.

அதனால் மூன்றும் சேர்ந்தே சாப்பிட்டன. கலைமான்களுக்கு அருகம்புல், கேரட், இலை, தழைகள். சிங்கவால் குரங்கிற்கு வாழைப்பழங்கள், கொய்யாப்பழங்கள் என அவை சாப்பிட்டுப் பழகிய உணவுகளை தேடித்தேடி சேகரித்து சாப்பிட்டன. வேறு எதையும் புதிதாகச் சாப்பிடவில்லை.

அப்படி உணவை தேடிக்கொள்ளும்போது ஒருமுறை கலைமான்களுக்கும் சிங்கவால் குரங்கிற்கும் சண்டை வந்துவிட்டது.

"ஏய் குரங்கே, இனிமே உன் வேலையை நீ பாரு. எங்க மேல ஏறக்கூடாது. தனியாவே நடந்து வா. கல்லு குத்தினாலும் சரி. முள்ளு குத்தினாலும் சரி. எங்க மேல நீ ஏறக்கூடாது. உனக்கான உணவை நீயே தேடிப்பிடித்து சாப்பிடு. எங்களுக்கான உணவை நாங்களே தேடி சாப்பிட்டுக்கறோம்" என்று கலைமான்கள் சொல்லிவிட்டன.

சிங்கவால் குரங்கும், "போங்க போங்க... எனக்கு உங்களோட உதவி தேவையில்ல. நானே எனக்கான உணவைத் தேடி சாப்பிட்டுக்கறேன்" என்றது.

கலைமான்களோ சிங்கவால் குரங்கை கண்டுகொள்ளவே இல்லை. அதன் காலில் குளம்புகள் இருந்ததால் கல்லும், முள்ளும் மான்களை ஒன்றும் செய்யவில்லை. புற்களும் தரையிலேயே கிடைத்துவிட்டதால் மான்களுக்கு உணவுப்பிரச்சனை வரவில்லை.

சண்டை போட்டதில் இருந்து சிங்கவால் குரங்கு, கல்லிலும் முள்ளிலும் நடந்து வந்ததால் அதனுடைய கைகளிலும் கால்களிலும் ரத்தமே வந்துவிட்டது. சரியான உணவும் கிடைக்கவில்லை. மரத்தில் ஏறி சாப்பிட வேண்டும். கைகளும் கால்களும் காயமாக இருந்ததால்,

அதனால் மரம் ஏற முடியவில்லை. பசியோடு இருந்தாலும் சிங்கவால் குரங்கு சமாதானம் ஆகவில்லை.

பயணத்தின் முடிவில் இமயமலையை நெருங்கிவிட்டன. தூரத்தில் இருந்து பார்க்கும்போதே, வெள்ளிப்பனி மூடிய இமயமலை இவர்களை வரவேற்றது.

கொடுமை என்னவென்றால், தரையில் ஒரு புல்லையும் காணோம். எல்லாம் பனி மூடி இருந்தது. எங்கோ ஒரு இடத்தில் மட்டும் மரம் இருந்தது.

இமயமலை அடிவாரத்தில்தான் அவர்கள் தேடி வந்த மரம் இருந்தது. அதை அடைய வேண்டுமென்றால் இன்னும் 2 நாட்கள் நடக்க வேண்டும்.

பனியில் மூன்று விலங்குகளும் நடந்தன. ஒருநாள் எப்படியோ பசியை தாக்குப்பிடித்து நடந்துவிட்டன. அடுத்தநாள் மான்களால் பசி தாங்க முடியவில்லை. சிங்கவால் குரங்குக்கு பசி எடுத்தபோதும் அது வெளியே காட்டிக்கொள்ளவில்லை.

தூரத்தில் ஒரு ஆப்பிள் மரம் தெரிந்தது. "ஆகா... சாப்பாடு கிடைச்சிருச்சி" என்று சிங்கவால் குரங்கு மகிழ்ச்சியில் கத்தியது.

கலைமான்கள் அந்த மரத்தைப் பார்த்தது. இந்த மான்களுக்கு எட்டாத உயரத்தில் ஆப்பிள்கள் பழுத்து இருந்தன.

"அடடா... இந்த குரங்குப்பயலுக்கு சாப்பாடு பிரச்சனை தீந்துபோச்சு. நமக்கு புல்லே கிடைக்கலையே. எங்க பாத்தாலும் பனியா மூடி இருக்கு. பனியைச் சாப்பிட்டா பசி தீருமா?" என்று இரண்டு கலைமான்களும் புலம்பிக்கொண்டே வந்தன.

ஆப்பிள் மரத்திற்கு மூன்று விலங்குகளும் வந்துவிட்டன. சிங்கவால் குரங்கால் மரம் ஏற முடியவில்லை. அந்த மரம் முழுக்க பனி உறைந்திருந்ததால், அதன் கைகளும் கால்களும் வழுக்கின.

மான்களோ இரண்டு கால்களையும் மேலை எம்பி எம்பி தூக்கியபடி, ஆப்பிள் மர இலையேனும் சாப்பிடக் கிடைக்காதா என்று முயற்சி செய்தன. யார் முயற்சியும் பலிக்கவில்லை.

பசி வயிற்றைக் கிள்ள ஆரம்பித்துவிட்டது. சாப்பாடு நமக்கு மேலயே இருக்கு. ஆனா சாப்பிட முடியலையே என நொந்துகொண்டன.

சிங்கவால் குரங்கு மான்களிடம் பேச ஆரம்பித்தது. “இதோ பாருங்க, நாம சண்டை போட்டுகிட்டதால ஒரு நன்மையும் இல்ல. ரெண்டு நாளா நாம பசியில இருக்கோம். தனித்தனியா இருந்தோம்னா பிரச்சனை தீராது. ஒண்ணா இருந்ததான் பிரச்சனைக்கு வழி கிடைக்கும். சண்டைக்கு யார் காரணம்னு நான் பேசவிரும்பல. இருந்தாலும் நான் முதலில் மன்னிப்பு கேட்டுக்கறேன். சமாதானத்துக்கு நான் தயார். சண்டையா? சமாதானமா?” என்று கேட்டது.

கலைமான்கள் பக்கம்தான் தவறு இருந்தது. ஆனால், சிங்கவால் குரங்கு முதலில் மன்னிப்பு கேட்டதும், கலைமான்களும், “எங்களை மன்னிச்சிடு. தப்பு எங்க பக்கம்தான். சமாதானத்துக்கு வரோம். ஒண்ணாவே இருப்போம். இனி சண்டை போடமாட்டோம். பசி தீர என்ன வழி?” என்று கேட்டன.

“நன்றி நண்பர்களே... பனி சூழ்ந்து உள்ளதால் என்னால் மரம் ஏற முடியவில்லை. வழுக்குகிறது. கைகளிலும் கால்களிலும் காயமாக இருப்பதால் என்னால்

உறுதியாக மரத்தை பிடிக்க முடியவில்லை. அதனால...” என்று சொல்லி நிறுத்தியது சிங்கவால் குரங்கு.

“அதனால என்ன?” என்று கலைமான்கள் கேட்டன.

“ரெண்டு பேரும் எதிரெதிர் திசையில நிக்கணும். ரெண்டுபேரும் எம்பி நின்று, முன்னங்கால்களைத் தூக்கி ஒருவர் உடம்பு மீது மற்றொருவர் கால்களைப் போட்டு பிடித்துக்கொள்ளுங்கள். தலைகள் இரண்டும் சேர்ந்து இருக்கணும். அப்போதுதான் நிறைய உயரம் கிடைக்கும். உடனே நான் உங்க மேல ஏறி, கொம்புகள் வழியா ஆப்பிள் மரக்கிளையை தாவிப் பிடிச்சிகிட்டு மேலே ஏறிடுவேன். மேலே ஏறிட்டேன்னா நமக்கு உணவு கிடைச்சிடும்” என்றது சிங்கவால் குரங்கு.

குரங்கு சொன்னபடியே, இரண்டு மான்களும் எம்பி நின்று, தனது முன்னங்கால்களை ஒன்றோடு ஒன்று பின்னிக்கொண்டன. தலையோடு தலையாக முட்டிக்கொண்டு நின்றன. உடனே சிங்கவால் குரங்கு மானின் மீது ஏறி, அதன் கொம்புகள் வழியாக ஆப்பிள் மரக்கிளையினை தாவிப் பிடித்தது.

கையிலிருந்த காயம் வலித்தாலும், வலியைப் பொறுத்துக்கொண்டு மேலே ஏறியது. பழுத்த ஆப்பிள் பழங்களைப் பறித்துப்போட்டது. ஆப்பிள் மரக் கிளைகளைத் தரையை நோக்கி சாய்த்தது.

ஆப்பிளும், ஆப்பிள் இலைகளும் கிடைத்ததால், இரண்டு நாள் பசியை போக்கிக்கொண்ட கலைமான்களும், சிங்கவால் குரங்கும் இமயமலைக்கு வந்த வேலையை முடித்துக்கொண்டு, வெற்றிகரமாக சித்திர வனத்தை நோக்கி நடைபோட ஆரம்பித்தன.

❁❁❁

३. பாவம் கரையுமா?

“அஞ்சாவது படிக்கிற புள்ளைக்கி இவ்ளோ நேரமா பள்ளிக்கூடம் வைப்பாங்க? இன்னும் மகளைக் காணோமே” என்று வாசலையே பார்த்துக் கொண்டிருந்தார் கல்யாணி.

அடுப்பில் வைத்திருந்த குக்கர் விசிலடித்துக் கூப்பிடவும், சமையலறைக்குச் சென்றார்.

அந்த சமயத்தில் பள்ளிக்கூடம் விட்டு உமா வீட்டிற்கு வந்தாள். வீட்டிற்குள் வரும்போதே “அம்மா... நான் வந்துட்டேன்..!” என்று சத்தமிட்டுக்கொண்டே வந்தாள்.

சமையலறையில் இருந்து வெளியே வந்த கல்யாணி, “ஏன்டி வீட்டுக்கு வரதுக்கு உனக்கு இவ்ளோ நேரம்? உன் தங்கச்சியும், தம்பியும் எப்போ வந்தாங்க தெரியுமா?” என்று கேட்டார்.

“தங்கச்சி 3வது படிக்கிறா. தம்பி 1வது படிக்கறான். அவங்க எல்லாம் சின்ன கிளாஸ்ல படிக்கறாங்க. அதனால சீக்கிரமா விட்டுட்டாங்க. நான் அவங்களைவிட பெரிய கிளாஸ் படிக்கறேன். அதான் எனக்கு லேட்டா விட்டாங்க” என்றாள்.

“வாயைப் பாத்தியா? அவங்கப்பா மாதிரியே... ஏன்டி லேட்டுன்னு கேட்டா? பெரிய கிளாஸ்னா சொல்ற” என்றார் கல்யாணி.

"டிராயிங் கிளாஸ் வச்சிட்டாங்கம்மா... அதான் லேட்டாகிடுச்சி" என்று உமா சொல்லிக் கொண்டிருக்கும்போதே, கலியமூர்த்தி உள்ளே வந்தார்.

"என்னா குட்டி? அம்மாகிட்ட சொல்லிகிட்டிருக்க" என்று கேட்டார்.

"இன்னிக்கு ஸ்கூல் விடறதுக்கு லேட்டாகிருச்சுப்பா! அதான் அம்மாகிட்ட சொல்லிகிட்டு இருக்கேன்." என்றாள் உமா.

"ஸ்கூல் விடறதுக்கு லேட்டாச்சுன்னா... என் பொண்ணு என்ன பண்ணுவா? அவளை எதுக்கும்மா திட்டற" என்று கல்யாணியிடம் கேட்டார்.

"உடனே உங்க பொண்ணுக்கு வக்காலத்து வாங்க வந்துடுவீங்களே. காலம் கெட்டு கிடக்கு. பொம்பள புள்ள நேரத்துக்கு வீடு வரலன்னா எனக்குத்தான் பயமா இருக்கு" என்றார் கல்யாணி.

"அட பயப்படாத கல்யாணி. அவதான் சின்ன வயசுல இருந்தே கராத்தே, சிலம்பம் எல்லாம் கத்துகிட்டு வராளே... அவளுக்கு தைரியம் அதிகம். அதுமட்டும் இல்ல. அவ என்னைவிட அறிவாளி. எந்த பிரச்சனையா இருந்தாலும் சமாளிச்சிடுவா..." என்றவர், "ஆமா... உஷாவும் திருமாலும் எங்கே?" என்றார் கலியமூர்த்தி.

"ரெண்டு பேரும் டியூசன் போயிருக்காங்க. பெரிய மேடம் இன்னிக்கு லேட். அவ இன்னிக்கு டியூசன் போகல. அதுக்கும் சேர்த்துதான் கேட்டுகிட்டு இருக்கேன்..." என்றார் கல்யாணி.

"சரி... சரி... நாளைக்கு நாம எல்லோரும் நம்ம குலதெய்வம் கோயிலான அரியலூர் கலியபெருமாள் கோயிலுக்குப் போறோம். இன்னிக்குதான் எனக்கு

விடுமுறை தர ஒத்துகிட்டாங்க. ரயிலில் போறோம். முக்கியமா புனிதக் குளத்துல குளிக்கப்போறோம். வேணுங்கற டிரஸ் எடுத்து வச்சிடும்மா!" என்று சொல்லிவிட்டு உள்ளே போனார் கலியமூர்த்தி.

"ஹையா ஜாலி! நாம நாளைக்கு கோயிலுக்கு போகப்போறோம். அதுவும் ரயிலில் போகப்போறோம்!" என்று துள்ளிக் குதித்தாள் உமா.

ஒரு மணி நேரம் கழிந்திருக்கும். உமாவின் தங்கை உஷாவும், தம்பி திருமாலும் வீட்டிற்கு வந்து சேர்ந்தனர்.

அவர்கள் எப்போது வருவார்கள் என்று காத்திருந்த உமா, அவர்களிடம் ஓடிவந்து... "ஏய் உஷா, திருமாலு... நாளைக்கு நாம ஊருக்குப் போறோம். அதுவும் ரயிலுல கோயிலுக்குப் போறோம்" என்றாள்.

"நிஜமாவா அக்கா சொல்ற?" என்று உஷா கேட்டாள்.

"ஆமாம் உஷா. அப்பாதான் சொன்னாரு" என்றாள் உமா.

"ஹையா... ஜாலி... ரயிலுல போகப்போறோமே" என்று திருமால் உற்சாகத்தில் குதிக்க ஆரம்பித்தான்.

மறுநாள் குடும்பத்துடன் சென்னையில் இருந்து அரியலூருக்கு ரயிலில் சென்றார்கள்.

கலியபெருமாள் கோயிலில் திருவிழா என்பதால் அங்கே மக்கள் கூட்டம் அதிகமாகவே இருந்தது.

கலியமூர்த்தி தன் தோளில் திருமாலைத் தூக்கிக்கொண்டு நடந்தார். கல்யாணியோ உமாவையும் உஷாவையும் கையில் பிடித்துக்கொண்டு நடந்தார். கோயிலில் மக்கள் வருவதும் போவதுமாக இருந்தார்கள்.

ஒரு கடையில் வண்ண பலூன்களை வைத்திருந்தார்கள்.

மற்றொரு கடையில் கிலுகிலுப்பை, மேளம் அடிக்கும் குரங்கு, வாத்து பொம்மை என்று கடை முழுக்க விதவிதமான பொம்மைகள் இருந்தன.

இன்னொரு கடையில் விதவிதமான கண் கண்ணாடிகள், கலர் கலரான வளையல்கள், ரிப்பன்கள், தோடுகள் எல்லாம் தொங்க விட்டிருந்தார்கள்.

கோயிலை ஒட்டி, ரங்க ராட்டினம் ஒன்று பிரமாண்டமாக சுற்றிக்கொண்டிருந்தது.

வட்ட வடிவில் சுற்றும் மரக்குதிரை விளையாட்டு மற்றொரு புறம் நடந்துகொண்டிருந்தது.

ஒரு பக்கம் பொங்கல் வைத்துக்கொண்டிருந்தார்கள்.

கோயிலின் தேரினை அலங்காரம் செய்துகொண்டு இருந்தார்கள். எல்லாவற்றையும் திருமால் ஆச்சர்யமாகப் பார்த்துக்கொண்டு வந்தான்.

எங்கு பார்த்தாலும் மனிதக்கூட்டம். பல ஊர்களில் இருந்தும் கூடிய திருவிழாக் கூட்டம்.

உமாவுக்கும் உஷாவுக்கும் மகிழ்ச்சியாக இருந்தது. கோயில் திருவிழா என்றால் சும்மாவா?

“அப்பா எனக்கு பூதக்கண்ணாடி வாங்கித்தாங்க... விசில் வாங்கித் தாங்க...” என்று கண்ணில் பட்டதை எல்லாம், அவனது அப்பாவிடம் வாங்கித் தரச்சொன்னான் திருமால். “அப்பா எனக்கு செப்புச்சாமான் வாங்கிக்கொடுங்க” என்று கேட்டாள் உஷா.

“முதலில் புனிதக்குளத்துல குளிச்சிட்டு வந்தபிறகுதான் எதையும் வாங்கித் தருவேன். வாங்க எல்லோரும்”

கோயிலுக்கு இடது புறத்தில் பெரிய குளம் ஒன்று இருந்தது. ஆனால், அதில் படிகள்கூட இல்லை. ஏதோ குட்டை போலத் தெரிந்தது. தண்ணீர் தெளிவாக இல்லை. மண் கலந்த நிறத்தில் இருந்தது. ஆங்காங்கே குப்பைகளும் மிதந்தன.

குளத்தின் மறுபுறத்தில் துணி துவைத்துக் கொண்டிருந்தார்கள். சிலர் அதில் தங்களது செருப்புகளைக் கழுவிக் கொண்டிருந்தார்கள். அதில் குப்பையையும் கொட்டி வைத்திருந்தார்கள். தண்ணீர் மிகவும் அசுத்தமாக இருந்தது.

'இதையா அப்பா புனிதக்குளம் என்று சொல்கிறார்' என உமாவிற்கு சந்தேகம் வந்துவிட்டது.

குளத்தினருகே வந்தார்கள். "எல்லோரும் வாங்க குளிக்கலாம்" என்றார் கலியமூர்த்தி.

"அப்பா... இதுதான் புனிதக் குளமா? இல்லை குட்டையா? தண்ணி ரொம்ப கெட்டுப்போயி இருக்குது. இதுல போயி எங்கள குளிக்கச் சொல்றீங்க. இதுல நான் குளிக்க மாட்டேன். போங்கப்பா" என்றாள் உமா.

"அட என்னம்மா நீ. இது ரொம்ப பெரிய குளமாதான் இருந்துச்சி. தண்ணியும் நிறைய இருந்துச்சி. மழை இல்லாததால இப்படி தண்ணி இல்லாம சின்னதா போயிடுச்சி. வாம்மா குளிக்கலாம்."

"போப்பா... கண்ட தண்ணியில குதிக்காத, விளையாடாத, சளி பிடிக்கும், காய்ச்சல் வரும்னு நீங்கதான சொன்னீங்க..."

"நான்தாம்மா சொன்னேன். ஆனால், அது கோயில் குளம்னு நான் சொல்லலையே! இது புனிதக்குளம்டா! இதுல குளிச்சோம்னா ரொம்ப நல்லது!"

“என்னப்பா நல்லது?” என்று உஷா கேட்டாள்.

“இதுல குளிச்சா, நாம செஞ்ச பாவமெல்லாம் கரைஞ்சி போயிடும். அதான் நல்லது. குளிக்கலாம் வாங்க”

“ஏம்பா... குழந்தையும் தெய்வமும் ஒண்ணுன்னு நீங்கதானே சொன்னீங்க...” என்றாள் உமா

“ஆமாம்மா... சொன்னேன்...” என்று முழித்த கலியமூர்த்தி, கல்யாணி பக்கம் திரும்பி “ஏம்மா... நீ இப்படி சும்மாவே நிக்கறியே! குளிக்க வாங்கன்னு சொன்னதுக்கு இவ்ளோ கேள்வி கேக்கறாங்களே. பொண்ணுங்ககிட்ட எடுத்துச் சொல்லக்கூடாதா?” என்று கேட்டார்.

“என்னை என்ன சொல்லச் சொல்றீங்க... அவ ரொம்ப கேள்வி கேக்கறாங்கன்னு பலமுறை உங்ககிட்ட சொன்னேன். எம்பொண்ணு அறிவாளி. அவ கேட்டா பதில் சொல்லித்தான் ஆகணும்னு சொன்னீங்க... இப்பவும் உங்க மகதான் கேக்கறா... அதுவும் சரியாதானே கேக்கறா? பதிலைச் சொல்லுங்க!” என்றார் கல்யாணி.

“அப்பா! அம்மாவை விடுங்க... நான் கேட்கறதுக்கு பதில் சொல்லுங்க. எப்பவும் நல்லதைத்தான் செய்யணும்னு எங்ககிட்ட சொல்லியிருக்கீங்க...”

“ஆமாம்! நல்லதுதானம்மா செய்யணும்”

“நாங்களே குழந்தைங்க. உங்க வார்த்தையை மீறி எதுவும் செஞ்சதுமில்லை. நாங்க என்ன பாவம் செஞ்சோம். எங்களை ஏன் குளிக்கச் சொல்றீங்க?” என்று கேட்டாள் உமா.

“பெரியவங்க சொன்னதைத்தானம்மா உன்னிடமும் சொன்னேன்.”

“குழந்தைங்க பாவம் செஞ்சாங்கன்னா பெரியவங்க சொன்னாங்க?”

“அப்படி சொல்லலம்மா... பாவம் செஞ்சிருந்தா, இந்த குளத்துல குளிச்சதும், பாவம் கரைஞ்சிடும்னு சொல்லியிருக்காங்க...”

“பாவமே செய்யாம இருந்தா... இந்த குளத்துலயே நாம குளிக்கத் தேவையே இல்ல அப்பா. நாமதான் எந்த பாவமும் செய்யலியே... நீங்க எதாச்சும் பாவம் செஞ்சீங்களா அப்பா?” என்றாள் உமா.

“எனக்கு தெரிஞ்சவரைக்கும் நான் எந்த பாவமும் செஞ்சதில்லம்மா”

“அப்ப இங்க குளிக்க வேணாம்பா... இது புனிதக்குளமா இல்லை. அசுத்தமான குளமா இருக்கு. நீர் நிலைகளை அசுத்தம் பண்ணக்கூடாதுன்னு பெரியவங்கதான் சொல்றாங்க. இங்க அதே பெரியவங்கதான் இந்த குளத்தையே அசுத்தம் பண்ணி வைக்கறாங்க. அசுத்தமான இந்த தண்ணியில குளிச்சா டைபாய்டு வரும். தோல் நோய் வரும். வேற நல்ல இடத்துல போய் குளிக்கலாம்பா...”

“அம்மாடி, குளத்துல குளிச்சா... பாவம் கரையுதோ இல்லையோ உடம்பில் இருக்கிற அழுக்கு கரையும். இங்க குளிக்கலன்னாலும் பரவால்ல... நீ சொன்னமாதிரி வேற இடத்துல போயாச்சும் குளிக்கலாம். வாங்க போலாம்” என்றார் கலியமூர்த்தி.

எல்லோரும் வேறு இடத்தில் குளிக்கப் போனார்கள்.

❋❋❋

4. குரங்கு குட்டியும் காட்டுப்பூனையும்

நீலகிரி மலைத்தொடரில் வள்ளி வனம் என்றொரு வனம் அமைந்திருந்தது. அந்த வனத்தில் சிங்கம், புலி, சிறுத்தை, யானை, குரங்கு, காட்டு பூனை உள்ளிட்ட பல்வேறு விலங்குகள் மிகவும் மகிழ்ச்சியாகவும் நிம்மதியாகவும் வாழ்ந்து வந்தன.

விலங்குகளின் தாகத்தைத் தீர்ப்பதற்கென்றே அங்கே ஒரு நீரோடை ஓடிக்கொண்டிருந்தது. அந்த நீரோடையின் அருகில், அல்போன்சா மாமரம் ஒன்று உயரமாக வளர்ந்திருந்தது. அந்த மரத்தில் கிடைக்கும் பழங்களுக்காகவே அங்கே குரங்குக் குடும்பம் வாழ்ந்து வந்தது. அதில் அப்பா, அம்மா குரங்கோடு குட்டிக் குரங்கும் இருந்தது.

அந்த மரத்தின் கீழ்ப்குதியில் ஒரு புதர் இருந்தது. அதில் பெண் காட்டுப்பூனை ஒன்று தன் குடும்பத்துடன் வாழ்ந்து வந்தது. அருகிலேயே நீரோடை இருப்பதால் எலிகளும், மீன்களும் காட்டுப்பூனைக்கு உணவாகக் கிடைத்தன. அதனாலேயே தனது மூன்று குட்டிகளோடு அந்த காட்டுப்பூனை, புதருக்குள் வீடு அமைத்துக்கொண்டது.

குரங்குகள் அடிக்கடி மரத்தின் மேலிருந்து கூச்சலிடுவதும், பாட்டு பாடுவதும், மாம்பழங்களைத் தின்றுவிட்டு கொட்டைகளை கீழே போடுவதுமாக இருப்பதால், இந்த இரண்டு குடும்பங்களுக்கும் அடிக்கடி சண்டை வரும்.

அன்றும் அப்படித்தான். மரத்தின் மேலே இருந்த அம்மா குரங்கு வழக்கம்போல மாம்பழங்களை தின்றுவிட்டு கொட்டையை கீழே போட்டது. அப்போது, அந்த மாங்கொட்டை அவ்வழியே நடந்து போன அம்மா பூனையின் காலடியில் 'பொத்'தென்று விழுந்தது.

திடீரென பயந்துபோன அம்மா பூனை, குரங்கு செய்த வேலை இது என்று தெரிந்ததும், கோபத்தில் கத்த ஆரம்பித்துவிட்டது.

"அட மடக்குரங்கே. பழத்தை தின்றுவிட்டு என் தலைமேல் போட வேண்டியதுதானே. ஏன் என் காலடியில் போடுகிறாய்?"

"அய்யோ... நான் உன் மேல் வேண்டுமென்றே போடவில்லை. நீ வருவதை நான் கவனிக்கவும் இல்லை. தெரியாம போட்டுட்டேன். என்னை மன்னிச்சிடு"

"ஏன்? உனக்கு கண்ணு என்ன பின்னாடியா இருக்கு. கீழே நாங்க இருக்கறோம்னு உனக்குத் தெரியாதா?"

"நான்தான் தெரியாம போட்டுடேன்னு சொன்னேனே..."

"ஏய்... அதெப்படி தெரியாம போட்டுட்டேன்னு சொல்லுவ. என் தலைமேல அது விழுந்திருந்தா என்னாகியிருக்கும். என் குட்டிகளின் மேல் விழுந்திருந்தா என்ன ஆகியிருக்கும்?"

"நான்தான் நீ வருவதை கவனிக்கலன்னு சொன்னேனே..."

"அதானே, நீ மேல இருக்கிற ஆளு. கீழே யாரு இருந்தா என்ன? இல்லாம போன உனக்கென்ன? உனக்கு உன்னோட வேலை முடியணும். உன் குடும்பம் மட்டும் நல்லா இருக்கணும். அதான உன் எண்ணம்?"

“சீச்சீ... அப்படி எல்லாம் நான் நினைக்கல. இந்த வள்ளி வனத்துல வாழும் உரிமை நம்ம எல்லோருக்கும் இருக்கு. யாரும் யாரோட வாழ்க்கையிலும் தலையிட முடியாது”

“ஆனா..? நீ மட்டும் இல்ல. உன் குடும்பமே எங்களோட வாழ்க்கையில தலையிடறீங்க. இந்த மரத்துமேல இருந்துகிட்டு என்னா ஆட்டம் போடறீங்க. ஒரு நாள் இதற்கு நான் முடிவு கட்டாம விடமாட்டேன். உங்க குடும்பத்தையே இந்த மரத்துல இருந்து விரட்டினாதான் எங்களுக்கு நிம்மதி” என்று கோபமாகச் சொன்னது அம்மா பூனை.

“அப்படி இங்கே யாரையும் விரட்ட முடியாது” என்று பதிலுக்கு கோபமாகச் சொன்னது அம்மா குரங்கு.

“அப்படியா... நான் என் புருசனையே விரட்டி அடிச்ச ஆளு. உங்களை விரட்டி அடிக்க முடியாதா? நேரம் பாத்து உங்களை விரட்டி அடிப்பேன்” என்றபடி வீட்டுக்குள் சென்றது காட்டுப்பூனை.

இரண்டு வாரங்கள் சென்றிருக்கும். அம்மா குரங்கும், அப்பா குரங்கும் வனத்தின் நடுவில் சர்க்கரைவள்ளிக் கிழங்கு கிடைக்கிறது என்று, குட்டிக்குரங்கை மரத்திலேயே பத்திரமாக இருக்கச் சொல்லிவிட்டு கிளம்பிப் போயின.

இதை தனது வீட்டிலிருந்து பார்த்த அம்மா பூனை, ‘இதுதான் சரியான சமயம். அந்த குட்டிக்குரங்கை மரத்தில் ஏறி அடித்து துவைத்து கீழே தள்ளி கொன்றுவிட்டால் போதும். இனிமேல் இந்த மரம் பாதுகாப்பாக இருக்காது என நினைத்துக்கொண்டு, அந்த குரங்கு குடும்பம் ஓடிவிடும்’ என்ற முடிவுக்கு வந்தது.

பெரிய குரங்குகள் மரத்திலிருந்து சென்ற அடுத்த சில நிமிடங்களில், மரத்தின் மீது மெல்ல ஏறியது அந்த அம்மா பூனை. வருகின்ற ஆபத்தை அறியாமல் குட்டிக் குரங்கு மரத்தில் தனியாக விளையாடிக் கொண்டிருந்தது.

“ஏய்! விளையாடு... விளையாடு... இதுதான் உனக்கு கடைசி நாள். இந்த மரத்துமேல இருந்துகிட்டு எவ்வளவு இம்சை கொடுக்கறீங்க? இன்னிக்கு உன்னை அடிச்சி கொல்லப்போறேன்” என்றபடி குட்டிக்குரங்கை நெருங்கியது.

காட்டுப்பூனை வருவதை பார்த்த அந்த குட்டிக்குரங்கு, அதன் கையில் சிக்காமல் சரசரவென்று மரத்தின் உச்சிக்கு ஏறியது. விடாமல் ஏற முயன்ற காட்டுப்பூனையால் உச்சிக் கிளைக்கு செல்ல முடியவில்லை.

பூனையின் எடை தாங்காமல் மரக்கிளை வளைய ஆரம்பித்தது. அதனால் அங்கிருந்தே கத்த ஆரம்பித்தது. “அட குட்டிக்குரங்கே, ஒழுங்காக என்னிடம் வந்துவிடு. இல்லையெனில் மரக்கிளையை ஆட்டி உன்னை கீழே விழ வைத்து கொன்று விடுவேன்” என்று மிரட்டியது.

அதனால் பயந்துபோன குட்டிக்குரங்கு மிரட்சியுடன் காட்டுப்பூனையைப் பார்த்தது.

“உன்னைக் கொல்லாமல் விடமாட்டேன்” என்றபடி காட்டுப்பூனை மரக்கிளையை உலுக்க ஆரம்பித்தது.

மனதிற்குள் பயம் இருந்தாலும், குட்டிக்குரங்கு தன் பிடியை மட்டும் மரக்கிளையிலிருந்து விடாமல் இறுக்கமாகப் பிடித்துக்கொண்டது.

அரை மணி நேரமாக காட்டுப்பூனையால் என்ன செய்தும் குட்டிக்குரங்கை நெருங்க முடியவில்லை.

"ஏய்... இன்னிக்கு வேணா என்கிட்ட இருந்து தப்பிச்சிருக்கலாம். ஆனால் மறுபடியும் நீ என்னிடம் மாட்டுவ. அப்ப உன்னைக் கொல்லாமல் விடமாட்டேன்." என்றபடி கீழே இறங்கிச் சென்றுவிட்டது.

அப்பா, அம்மா குரங்கு மரத்திற்கு வந்ததும் குட்டிக்குரங்கு எல்லாவற்றையும் சொல்லியது.

"ஓகோ... அவ்வளவு தைரியம் வந்துடுச்சா அந்த பூனைக்கு. அது மாமிசம் சாப்பிடும் விலங்கு. எதுக்கும் நாமதான் கவனமா இருக்கணும். சரி பயப்படாதே குட்டிப்பையா. நம்மோட வாழ்க்கை முறை பூனையோட வாழ்க்கை முறைக்கு ஒத்துப்போகாது. அதனால சண்டை வருது. எல்லாம் ஒரு நாள் மாறும். ஆனாலும் உன் தைரியத்தைப் பாராட்டறேன்டா குட்டிப்பையா" என்று அப்பா குரங்கு சொல்லியது.

இரண்டு நாட்கள் கழித்து வள்ளி வனம் முழுக்க கனமழை பெய்தது. இதனால் பல இடங்களில் சேறும் சகதியுமாக மாறிப்போனது.

அன்று, அம்மா பூனையும் வேட்டைக்கு போய்விட்டது. பெரிய குரங்குகள் இரண்டும் அவசர வேலையாக பக்கத்துக் காட்டிற்குச் சென்றிருந்தன. போகும்போது, தனது குட்டிக்குரங்கிடம், "எக்காரணத்தைக் கொண்டும் கீழே இறங்கக்கூடாது. பூனைகள் இருக்கும் பக்கம் போகவே கூடாது" என்று சொல்லிவிட்டே அவை சென்றிருந்தன.

சரி என்று சொன்ன குட்டிக்குரங்கு, மரத்தின் மேலேயே இருந்தது.

கீழே புதரில் இருந்து வெளியே வந்த 3 பூனைக்குட்டிகளும் அங்கு விளையாடிக்கொண்டிருந்தன.

அதில் ஒரு பூனைக்குட்டி மூன்றடி ஆழமுள்ள பள்ளத்தில் தவறி விழுந்துவிட்டது.

அந்த பள்ளத்தில் சேறும் சகதியும் இருந்ததால் குட்டிப்பூனை மாட்டிக்கொண்டது. அதனால் பலமுறை முயற்சித்தும், வெளியே வர முடியாமல் கத்திக்கொண்டிருந்தது.

மற்ற இரண்டு பூனைக்குட்டிகளும் பயத்தில் அதனுடைய வீட்டுக்குள் போய் ஒளிந்துகொண்டன.

அதை மரத்தில் இருந்து பார்த்த குட்டிக்குரங்கு, சரசரவென்று கீழே இறங்கி அந்த பள்ளத்திற்கு வந்தது.

பள்ளத்திற்குள் இறங்கிய குட்டிக்குரங்கு, சேற்றில் மாட்டியிருந்த பூனைக்குட்டியை தூக்கி மெல்ல தரைப்பகுதியின் விளிம்பில் தூக்கி வைக்க முயன்றது.

பள்ளம் மூன்றடி ஆழம். குட்டிக்குரங்கு ஒன்றரை அடி உயரமே இருந்தது என்பதால், அதனால் பூனைக்குட்டியை எளிதில் தரைப்பகுதிக்கு கொண்டுவர முடியவில்லை.

“உதவிக்கு யாரேனும் வாங்களேன்” என்று பலமுறை கத்திக் கத்திக் கூப்பிட்டது. யாரும் உதவிக்கு வரவில்லை என்பதால், அரை மணி நேரமாகப் போராடி, எப்படியோ பூனைக்குட்டியை பள்ளத்தில் இருந்து தரைப்பகுதிக்கு கொண்டு வந்து சேர்த்தது.

மேலே வந்த குட்டிக்குரங்கின் உடம்பு முழுக்க சேறும் சகதியுமாக இருந்தது. பூனைக்குட்டியின் உடம்பிலும் சேறாக இருந்தது. அந்த நேரத்தில் அங்கே வந்துசேர்ந்த அம்மாப்பூனை, “ஏய்... என் பூனைக் குட்டியை கொல்ல வந்தியா... உன்னை இப்பவே கொன்னு தின்னுடறேன் பார்” என்றபடி கோபத்தில் கடிக்க வந்தது.

இடையில் புகுந்த குட்டிப்பூனை நடந்ததைச் சொல்லவும், காட்டுப்பூனையின் கண்களில் கண்ணீர் வந்துவிட்டது.

"என்னை மன்னிச்சிக்கோ குட்டிக்குரங்கே... உன்னைக் கொல்லணும்னு நான் நினைச்சேன். ஆனா அதை எதையும் மனசுல வச்சிக்காம... உன் உயிரையும் பொருட்படுத்தாம, என்னோட குட்டியை நீ காப்பாத்திட்ட.... இனி நீயும் எனக்கு ஒரு பிள்ளைதான்." என்றபடி பாசத்துடன் அழுதுகொண்டே குட்டிக்குரங்கை அணைத்துக் கொண்டது அந்த காட்டுப்பூனை.

குட்டிப்பூனையும் அந்த குட்டிக்குரங்கை பாசத்துடன் கட்டிக்கொண்டது.

❁❁❁

5. வழிகாட்டி?

அன்று தர்ஷினியின் தாத்தா மோகன் ராஜுக்கு முதலாம் ஆண்டு நினைவு நாள்.

சென்னையை அடுத்த தாம்பரத்தில், தர்ஷினி தனது அப்பா அம்மாவோடு இருந்தாள். தர்ஷினியின் அப்பா வேலுமணி பத்திரிகையாளராக இருக்கிறார்.

ஆத்தூரில் பிறந்து வளர்ந்தாலும், படிப்பதற்காக அவரது குடும்பத்தை விட்டு சென்னைக்கு வந்தவர்தான் வேலுமணி. படித்து முடித்ததும் பத்திரிகையாளர் வேலை சென்னையில் கிடைக்கவும் இங்கேயே இருந்துவிட்டார்

வேலுமணியின் அப்பா மோகன் ராஜும், அவரது அம்மாள் வள்ளியம்மாளும் ஆத்தூரிலேயே இருந்தார்கள்.

தர்ஷினிக்கு அவளது தாத்தா, பாட்டியென்றால் என்றாள் மிகவும் உயிர். அவர்களுக்கும் தர்ஷினி என்றாள் மிகவும் உயிர். தங்களது ஒரே மகனின், ஒரே மகள் அவள்.

ஆண்டுக்கு ஒருமுறை பொங்கல் அல்லது தீபாவளி பண்டிகை நாட்களில் மட்டும்தான் தர்ஷினியின் அப்பா, தனது குடும்பத்தோடு ஆத்தூருக்குச் செல்வார். அந்த நாட்களில்தான் தனது தாத்தா பாட்டியோடு விளையாடி மகிழ்வாள் தர்ஷினி.

இரண்டு ஆண்டுகளுக்கு முன்பு அவளது பாட்டி வள்ளியம்மாள் இறந்துவிட்டார். வீட்டில் தனியாக இருக்கும் தாத்தாவை தன்னோடு சென்னைக்கு வரும்படி தர்ஷினி அவரிடம் எவ்வளவோ கேட்டுப்பார்த்தாள்.

“இல்லை செல்லம். உன் பாட்டி இருந்த இந்த வீடுதான் எனக்கு கோயில். நான் இங்கயே இருக்கேன்மா. அதுமட்டுமில்லாம சென்னை எல்லாம் எனக்கு ஒத்துவராதும்மா. நீங்க இருக்கறதோ வாடகை வீடு. என்னால அங்க இருக்க முடியாதும்மா” என்றார்.

“தனியா எப்படி தாத்தா இருப்பீங்க?” என்று கேட்டாள் தர்ஷினி.

“கொஞ்சம் கஷ்டம்தான் செல்லம். ஆனா... நானும் உங்க பாட்டியும் வாழ்ந்த இந்த வீட்டை விட்டு வர மனசு இல்லம்மா. தீபாவளி, பொங்கல் வந்தா மறக்காம அப்பா, அம்மாவோடு நீ இங்க வந்துடு செல்லம். உனக்காகக் காத்திருப்பேன்” என்று சொல்லிவிட்டார்.

தாத்தா தன்னுடன் வரவில்லையே என தர்ஷினிக்கு ஏமாற்றமாக இருந்தது.

அப்பாவின் பிடிவாதம் வேலுமணிக்குத் தெரியும். அதனால் அவரால் எதுவும் செய்ய முடியவில்லை. சில மாதங்கள் போனதும் அப்பா மாறிவிடுவார் என நினைத்தபடி சென்னைக்கு குடும்பத்தோடு திரும்பிவிட்டார்.

தர்ஷினியின் ஏக்கத்தை கொரோனோ ஊரடங்கு தீர்த்து வைத்தது.

கொரோனா காலகட்டத்தில் தன் மகன் குடும்பத்தோடு இங்கே இருப்பதுதான் சரியென்று சொல்லி, அவர்களை ஆத்தூருக்கு வரவைத்துவிட்டார்.

தர்ஷினி பிறந்ததிலிருந்து தாத்தாவோடு அவள் நீண்ட நாட்கள் இருந்ததில்லை. அவள் பிறந்து வளர்ந்தது எல்லாம் சென்னையில்தான். அந்த ஊரடங்கின்போது 6 மாத காலம் தனது தாத்தாவோடு இருந்தாள் தர்ஷினி.

அந்த 6 மாத காலமும் அவள் வாழ்வில் மறக்க முடியாத நாட்களாக மாற்றினார் மோகன் ராஜு. பள்ளிகள் மூடி இருந்ததால், அவளுக்கான ஏழாம் வகுப்பு பாடங்களை அவரே எடுத்தார். ஆங்கிலம் மட்டும் தனது மகன் வேலுமணியை எடுக்கச்சொல்லிவிட்டார். படிப்பு நேரம் போக, ஆட்டம், பாட்டம், விளையாட்டு என்று ஒவ்வொரு நிமிடமும் அவளுடன் செலவிட்டார்.

தினமும் செய்தித்தாள் தாத்தாவின் வீட்டிற்கே வந்துவிடும்.

தர்ஷினியை சத்தம்போட்டு செய்தித்தாள் வாசிக்கச் சொல்லுவார். ஒவ்வொரு செய்தி குறித்தும் அவளிடம் பேசுவார். பதிலுக்கு தர்ஷினியும் அவரிடம் நிறைய கேள்விகள் கேட்பாள். அவளுக்குப் புரியும்படி, மிகவும் பொறுமையாகச் சொல்லித் தருவார்.

அவரிம் இருந்து நாட்டு நடப்பு, அரசியல், நீதிமன்றம், வழக்குகள், பாதிக்கப்பட்டோர்கள், நிவாரண உதவிகள், உலக நாடுகள், விந்தையான விலங்குகள் என பல்வேறு தகவல்களை அறிந்துகொண்டாள் தர்ஷினி.

“தாத்தா! பேசாம நீங்களே என்னுடைய பள்ளிக்கு ஆசிரியராக வந்துடுங்க தாத்தா!” என்று சொன்னாள் தர்ஷினி.

“உன் தாத்தாவா இருக்கிறதே பெரிய சந்தோஷம்டா குட்டிம்மா. நான் அந்த காலத்து ரெண்டாம் வகுப்புடா செல்லம். நான் வாத்தியாரா எல்லாம் வரமுடியாது!”

"என்னது இரண்டாவது வரைக்கும்தான் படிச்சிருக்கீங்களா? ஆனா உலகத்துல நடக்குற எல்லாத்தையும் தெரிஞ்சி வைச்சிருக்கீங்களே! அது எப்படி தாத்தா?"

"படிக்கணும்னு ஆர்வமும் ஆசையும் இருந்துச்சி. எனக்கு வழிகாட்ட அப்போ யாரும் இல்ல. ஏன்னா? எங்கப்பாவும் அம்மாவும் படிக்காதவங்க. அந்த காலத்துல நாங்க படிக்கணும்னா, வாத்தியாருக்கு நாங்கதான் சம்பளம் கொடுக்கணும். எங்களால சம்பளம் கொடுக்க முடியல. சின்ன வயசிலயே வேலைக்கு போயிட்டேன். ஆனா படிக்கறதையும் எழுதறதையும் விடறதில்ல. தினமும் செய்தித்தாள் படிப்பேன். கடிதம் எழுதுவேன். கணக்கு வழக்கு எழுதுவேன். இப்படி கத்துகிட்டதுதான்மா எல்லாம்" என்றார்.

தாத்தாவின் முழு அன்பையும், பாசத்தையும் அந்த ஆறு மாத காலத்தில் உணர்ந்து மகிழ்ந்தாள் தர்ஷினி.

ஊரடங்கு முடியும் காலத்தில், திடீரென்று அவளது தாத்தா காலமானார்.

பத்து நாட்கள் அழுது கொண்டே இருந்தாள் தர்ஷினி. தாத்தாவின் நினைவுகள் அவளை வாட்டி எடுத்தன. அங்கே இருந்தால் தர்ஷினி சரியாக மாட்டாள் என்பதால், எல்லாம் முடிந்து சென்னைக்கு குடும்பத்துடன் திரும்பிவிட்டார் வேலுமணி.

மாதங்கள் கடந்தன. கொரோனா ஊரடங்கு முடிந்து அவரவர் வேலைக்கு திரும்பினார்கள். தர்ஷினியும் பள்ளிக்குச் செல்ல ஆரம்பித்துவிட்டாள்.

ஓராண்டு காலம் ஆகிவிட்டது. அன்றுதான் அவளின் தாத்தாவிற்கு முதலாம் ஆண்டு நினைவுநாள்.

தாம்பரத்திலுள்ள காமராசர் ஆதரவற்றோர் இல்லத்திற்கு தர்ஷினியும் அவளது அப்பாவும் சென்றார்கள்.

அங்கிருந்த 45 ஆதரவற்ற பெண் குழந்தைகளுக்கும் மதிய உணவும் எடுத்துச் சென்றிருந்தார்கள். எல்லா பெண் குழந்தைகளும் மோகன் ராஜு தாத்தாவிற்கு நினைவு அஞ்சலி செலுத்தினார்கள். அதன் பின்பு ஒன்றாக அமர்ந்து சாப்பிட்டார்கள்.

விடுதிக் காப்பாளராக இருந்த பெண்மணி, தனது அப்பாவுடன் பேசியதைக் கேட்டாள் தர்ஷினி.

“பத்திரிகையாளராக இருக்கீங்களே... எங்களுக்கு ஒரு உதவி செய்யணும் சார். செய்வீங்களா?” என்று கேட்டார் விடுதிக் காப்பாளர்.

“சொல்லுங்கம்மா... நான் செய்யறேன்” என்றார் வேலுமணி.

“இந்த ஆதரவற்றோர் இல்லம், காமராசர் ஐயா காலத்தில் கட்டப்பட்டது. இதனுடைய செலவுகளுக்காக அரசு சார்பில் 2 ஏக்கர் நிலம் ஒதுக்கப்பட்டது. அந்த நிலத்தில் விவசாயம் செய்து, அதன்மூலம் வரும் வருமானத்தைக் கொண்டு இந்த இல்லம் நடத்தப்பட வேண்டும் என்று உத்தரவிட்டிருந்தார்கள்” என்று சொல்லிவிட்டு நிறுத்தினார்.

“சரிங்க... அப்புறம்..?” என்று கேட்டார்.

“50 வருசத்துக்கு முன்னாடி, இந்த ஆதரவற்றோர் இல்லத்துக்கு பொறுப்பாளராக இருந்தவங்க... அந்த இரண்டு ஏக்கர் நிலத்தை ஒரு ஆளிடம் குத்தகைக்கு விட்டாங்க. 25 வருசம் கழிச்சு அந்த இடம் எங்களுக்குதான் சொந்தம்னு குத்தகைக்கு எடுத்தவங்க சொல்லிட்டாங்க.

இந்த இல்லத்துக்கு அவங்க எந்த பணமும் தரதில்ல. அந்த இடம் இங்க வளருகிற குழந்தைகளுக்காக ஒதுக்கப்பட்டது. ஆனா வேற யாரோ அனுபவிக்கிறாங்க. அரசும் இந்த இல்லத்தைக் கண்டுக்கறது இல்ல. உங்கள மாதிரி வரவங்க பிறந்தநாள், நினைவுநாள்,திருமண நாள்னு உதவி பண்றதால ஏதோ குழந்தைங்க சாப்பிடறாங்க. இங்க இருக்கிற எல்லோரும் அப்பா அம்மா இல்லாத பொம்பள புள்ளைங்க. பல நாள் பட்டினியாதான் படுத்துக்கிறாங்க...” என்றார் விடுதிக்காப்பாளர்.

“காவல் நிலையம் போனீங்களா?” என்று கேட்டார் வேலுமணி.

“எல்லோம் போனோம் சார். நிலத்தை குத்தகைக்கு எடுத்த ஆளு, அரசியல் கட்சி பெயரைச் சொல்லியும், காவல்துறைக்கு பணம் கொடுத்தும் சரி கட்டிட்டாங்க”

“இப்ப நான் உங்களுக்கு என்ன உதவி செய்யணும்?”

“என் பேர் வெளிய வராம, உங்களால அந்த நிலத்தை மீட்டுக்கொடுக்க முடியுமா சார்? அப்படி மீட்டுக்கொடுக்க முடியலன்னாலும் பரவால்ல. உங்க பத்திரிகையிலயாச்சும் எழுதுங்க. இந்த குழந்தைங்க மூணுவேளையும் பசியாறணும். பசியோடு படுக்கக்கூடாது”

“கண்டிப்பா பண்றேன்மா...” என்றார் வேலுமணி.

வேலுமணியும் தர்ஷினியும் வீட்டிற்கு வந்து சேர்ந்தார்கள்,

‘முதலில் இந்த பிரச்சனை குறித்த தகவல்களை திரட்ட வேண்டும். அதன் பிறகே பத்திரிகையில் எழுத முடியும். இதை பத்திரிகையில் எழுதியபிறகே, நிலத்தை மீட்கும் வேலையில் இறங்க முடியும்’ என நினைத்துக்கொண்டார் வேலுமணி.

அடுத்த பத்து நாட்களில், தனது வேலையை பார்த்துக்கொண்டே இந்த நிலம் தொடர்பாக அரசின் பல துறைகளுக்கும் அலைந்தார். ஏமாற்றம் மட்டுமே கிடைத்தது. தளர்ந்து போய்விட்டார் வேலுமணி.

பதினைந்தாவது நாள், அவர் பெயருக்கு பத்திரப்பதிவு துறையில் இருந்து ஒரு கடிதம் வந்திருந்தது.

அந்த கடிதத்தில், தகவல் அறியும் உரிமை சட்டத்தின்கீழ், காமராசர் இல்லத்தின் இடம் குறித்த தகவல்கள் அனைத்தும் அனுப்பப்பட்டிருந்தது.

'நாம இப்படி ஒரு கடிதம் அனுப்பவே இல்லையே. என் பெயரில் யார் இதை அனுப்பியிருப்பா?' என்று யோசித்துக்கொண்டே, அவரது மனைவி வனிதாவிடம் கேட்டார்.

"நான் எதுவும் எழுதலியே" என்றார் வனிதா.

"அப்புறம் யார் அனுப்பி இருப்பா?"

அப்போது வாசலில் இருந்து ஒரு குரல் கேட்டது. "அதை நான்தான் அனுப்பினேன்!"

குரல் வந்த திசை நோக்கி பார்த்தார் வேலுமணி. பள்ளி முடிந்து, அப்போதுதான் வீட்டிற்குள் நுழைந்து கொண்டிருந்தாள் தர்ஷினி.

நேரே உள்ளே வந்து பையை வைத்தபடியே, "நான்தான்பா இதை அனுப்பினேன்" என்றாள்.

"உங்க பள்ளியில தகவல் அறியும் உரிமைச் சட்டத்தை சொல்லிக் கொடுத்தாங்களா? பெரியவங்களே இதை பண்றதுக்கே திணறுவாங்களே. நீ எப்படிம்மா இதை செஞ்ச?" என்று ஆச்சர்யத்தோடு கேட்டார் வேலுமணி.

“எல்லாத்தையும் தாத்தாதான் எனக்கு சொல்லிக்கொடுத்தாருப்பா. அரசிடமிருந்து எந்த ஒரு ஆவணம் வேண்டுமென்றாலும், பதில் வேண்டுமென்றாலும் தகவல் அறியும் உரிமைச் சட்டத்தின் கீழ் விண்ணப்பித்தால் பதில் தருவார்கள் என்று அவர்தான் சொல்லித் தந்தார்” என்றாள் தர்ஷினி.

ஒரு கணம் அசந்து நின்றுவிட்டார் வேலுமணி.

“நீங்க இந்த வேலையில முழுசா இறங்க முடியாது. பத்திரிகை அலுவலகத்துக்கும் போய்கிட்டு இங்கயும் போய்கிட்டு இருந்தீங்க. அதான் உங்களுக்கு இந்த ஆவணங்கள் உதவியா இருக்கும் என்று உங்கள் பெயரிலேயே விண்ணப்பித்துவிட்டேன். நான் உங்க பேரில் விண்ணப்பித்தது தப்பா அப்பா?”

“ஒரு தப்பும் இல்லம்மா... நீ சரியாகத்தான் செஞ்சிருக்க!”

“அந்த ஆதரவற்றோர் இல்லத்தின் இடம் நிச்சயம் அவங்களுக்கு போய்ச்சேரணும்பா. என் தாத்தாவோட நினைவு நாள்ல... அந்த அம்மா நம்மகிட்ட உதவி கேட்டிருக்காங்க. அதை நாம செஞ்சாகணும்ப்பா. நம்ம தாத்தா யாருக்கு உதவின்னாலும் அவங்க கேக்காமலேயே செஞ்சி கொடுக்கறவர். அதை நான் பலமுறை ஆத்தூரில் இருக்கும்போது பாத்திருக்கேன். இப்போ தாத்தா இங்க இருந்திருந்தா, இதைத்தான் செஞ்சிருப்பாருப்பா” என்றாள் தர்ஷினி.

“அம்மா... எங்கப்பா எங்கும் போகல. உன்னுடன்தான் இருக்காரு” என்று ஓடி வந்து தர்ஷினியைக் கட்டிப்பிடித்துக்கொண்டார் வேலுமணி.

அந்த கடிதத்தைப் பிரித்துப் படித்துப் பார்த்தார்.

"தகவல் அறியும் உரிமை சட்டத்தின் மூலம் நமக்கு கிடைத்த இந்த ஆவணங்கள் போதும்மா. அரசுகிட்ட அவங்க 25 ஆண்டுகள்தான் ஒப்பந்தம் போட்டிருக்காங்க. அதெல்லாம் 25 வருசத்துக்கு முன்னாடியே முடிஞ்சிருச்சி. சாதிக் கட்சி செல்வாக்குல 25 வருஷமா அந்த நிலத்தை ஆக்கிரமிச்சி, அனுபவிச்சிகிட்டு இருக்காங்க. ஆதரவற்ற பெண் குழந்தைங்க வயித்துல அடிச்சிருக்காங்க. பத்திரிகையில நாளைக்கே எழுதறேன். நிச்சயம் அந்த நிலத்தை வாங்கி கொடுத்துடலாம்" என்றார் வேலுமணி.

அதற்கு மறுநாளே, முதல்வர் அலுவலகத்திலிருந்து தர்ஷினிக்கு ஒரு கடிதம் வந்தது.

அதில், 'நீங்கள் புகாரளித்த இடம், காமராசர் ஆதரவற்ற இல்லத்திற்கு உரிமையானதுதான். அப்படி ஒரு இடம் தனியார் ஆக்கிரமிப்பில் இருப்பதை தைரியமாக அரசிடம் சுட்டிக்காட்டி இருக்கிறீர்கள்.

அந்த இடம் தாம்பரம் காவல் ஆணையர் அலுவலகம் அமைக்க ஒதுக்கப்படுகிறது. அதற்கான நடவடிக்கை விரைவில் எடுக்கப்படும்.

அந்த ஆதரவற்ற குழந்தைகளுக்கு வேறு இடம் ஒதுக்கித் தருவது மட்டுமின்றி, ஆண்டுக்கு 10 லட்சம் ரூபாய் நிதியுதவியும் வழங்கப்படும்.

தங்களின் பொதுநல சிந்தனைக்கும் அக்கறைக்கும் தமிழக அரசின் வாழ்த்துகள்' என்று குறிப்பிட்டிருந்தது.

"இது எப்படிம்மா?" என்று கேட்டார் வேலுமணி.

"இதுவும் நம்ம தாத்தா சொல்லிக்கொடுத்ததுதான் அப்பா. ஒருநாள் நான் மொபைல்போனை வைத்துக்கொண்டு ஆன்லைனில் கேம் விளையாடிக்கொண்டிருந்தேன்.

அப்போ தாத்தா என்னிடம், ‘இணைய வசதியோடு அலைபேசி உன்கிட்ட இருக்கு. அதை ஆக்கப்பூர்வமா பயன்படுத்தணும்’னு சொன்னவர், முதல்வர் தனிப்பிரிவு, மாவட்ட ஆட்சியர் தனிப்பிரிவு ஆகியவற்றுக்கு மொபைல் மூலமே புகார் அனுப்புவது எப்படி? எதையெல்லாம் புகாரா அனுப்பலாம்னு சொல்லிக்கொடுத்தார். அதான் முதல்வர் தனிப்பிரிவுக்கும் புகார் அனுப்பி இருந்தேன். இப்போ பதில் வந்திருக்கு. இதை எல்லாம் எனக்கு ரொம்ப பொறுமையா சொல்லிக்கொடுத்த தாத்தா, சீக்கிரமாவே பாட்டிகிட்ட போயிட்டார். நம்மளோடவே அவர் இருந்திருக்கலாம்பா” என்றாள் தர்ஷினி.

வேலுமணிக்கு கண்களில் நீர் வந்துவிட்டது. “என் தங்கம்... நீ என் அம்மா மட்டுமல்ல... என் அப்பாவும்தான்!” என்று தர்ஷினியை வாரியணைத்தார்.

வேலுமணியை இறுக்கி கட்டிக்கொண்டாள் தர்ஷினி.

அடுத்த ஒரு வாரத்தில், அரசால் அந்த இடம் மீட்கப்பட்டு, ‘இது அரசின் நிலம். இங்கே தாம்பரம் மாநகர ஆணையர் அலுவலகம் கட்டப்பட இருக்கிறது’ என்ற அறிவிப்பு பலகை நடப்பட்டது.

காமராசர் ஆதரவற்றோர் இல்லத்திற்கு அரசின் உதவித்தொகையான ரூ.10 லட்சமும் வந்துவிட்டது.

அந்த இல்லத்தைத் தாண்டிப்போகும்போது, ‘இனிமே இங்க இருக்கிற பெண் குழந்தைகள் எல்லோரும் ஒரு வேளை கூட பசியோட இருக்கமாட்டாங்க. இதை தாத்தா பக்கத்துல இருந்து பாத்திருந்தாருன்னா எவ்ளோ நல்லாயிருந்திருக்கும்’ மனதுக்குள் நினைத்துக்கொண்டே சென்றாள் தர்ஷினி.

❁❁❁

6. மயில் போட்ட கணக்கு

வேட்டைக்காரன் புதூர் அருகே பெரிய செம்பருத்திக்காடு ஒன்று இருந்தது. அந்த இடத்தில் பல்வேறு வகையான மரங்கள், செடிகள், கொடிகள் என வளர்ந்து இருந்தாலும் அதிக அளவில் செம்பருத்தி பூச்செடிகள் வளர்ந்து இருந்தன. அடுக்கு செம்பருத்தி, வெள்ளை செம்பருத்தி, சிவப்பு செம்பருத்தி என பல வகைகள் அங்கே பூத்துக் குலுங்கின. அந்த காடு மிகவும் அடர்த்தியாக இருந்தது.

ஒரு முறை கொல்லி மலையில் இருந்து பறந்த வந்த பெரிய ஆண் மயில் ஒன்று, வானத்தில் இருந்தபடியே அந்த காட்டைப் பார்த்தது.

மேலிருந்து அந்த காட்டை மயில் பார்க்கும்போது, பச்சை போர்வைக்குள் சிவப்பு நிற கற்கள் மின்னுவது போல செம்பருத்திப்பூக்கள் பூத்திருந்தன. அந்த காட்டின் அழகில் மயங்கிய அந்த ஆண் மயில் காட்டுக்குள் இறங்கியது.

மலைப்பகுதியில் எப்போதும் குளிராகவே இருக்கும். ஆனால் இந்த காட்டிலோ வெப்பமும் குளிரும் சமமாக இருந்தது. அந்த வெப்பம் மயிலுக்கு மிகவும் இதமாக இருந்தது. மயில்கள் சாப்பிடுவதற்காக அங்கே நிறைய புழு, பூச்சிகள் காடு முழுக்க இருந்தன.

‘ஆகா! இங்கே இவ்வளவு உணவுகள் இருக்கிறதே..! நானும் எனது நண்பர்களும் மலைப்பகுதியில் உணவுக்காக எத்தனை நாட்கள் அலைந்திருக்கிறோம். இந்த காட்டை கவனிக்காமல் போய்விட்டோமே?’ என்று தனக்குத்தானே பேசிக்கொண்டு, காட்டிற்குள் மெல்ல நடந்து போனது.

ஐந்தடி உயரம். நன்றாக வளர்ந்த உடம்பு. நீண்ட மயில் தோகைகள். கூரிய நகங்கள் கொண்ட உறுதியான கால்கள் என கம்பீரமாக காட்டுக்குள் சென்றது.அதன் தோகை அந்த காட்டில் இருக்கும் புற்கள் மீது தவழ்ந்து வந்தது.

அப்போது அந்த மயில் பேசியதைக் கேட்டபடியே இரண்டு நரிகள் அதன் பின்புறம் வந்து கொண்டிருந்தன. அதில் ஒரு நரிக்கு ஒற்றைக்கண். மற்றொரு நரிக்கு ஒரு கால் உடைந்திருந்தது. அது நொண்டிக்கொண்டே வந்தது.

மயில் வருவதைக் கண்டதும் அங்கிருந்த மரப்பல்லிகள், ஓணான்கள், பூச்சிகள், பாம்புகள் முதற்கொண்டு அனைத்தும் ஓடி மறைந்தன.

‘ஆகா... நம்மைப் பார்த்து அத்தனை புழு, பூச்சிகளும் பயந்து ஓடுகின்றன. காட்டிலும் பெரிய மிருகங்கள் ஏதும் இல்லை. இனி இந்த காட்டுக்கு நம்ம கூட்டத்தோடு வந்து விடலாம். இந்த காட்டுக்கு நாம ராஜாவா இருந்துக்கலாம். அப்படியே ஏதாச்சும் ஆபத்துன்னா மறுபடியும் மலைக்கே பறந்துடலாம்’ என்று மனதில் நினைத்துக்கொண்டே காட்டிற்குள் நடந்து சென்றது.

“ஏன்டா... நாமளும் இங்க மாசக்கணக்கா சுத்தறோம். சாப்படறதுக்கு ஒரு முயல் கூட கிடைக்கல. யாருமே இல்லாத காடுன்னு நினைச்சோம். இப்போ வாட்டமா

ஒரு மயில் வந்திருக்கு. அதுவும் இங்கேயே தங்கப்போறதா வேறு சொல்லுது. பேசாம தட்டி தூக்கிருவோமா..?" என்று ஒற்றைக்கண் நரி, மெல்லிய குரலில் கால் உடைந்த நரியிடம் சொன்னது.

"அடேய்... ஒத்தைக் கண்ணா... நாம இருக்கற நிலைமையில அதைத் தட்டித் தூக்கறதா? அதைப் பாத்தியா? அஞ்சடி உசரம் இருக்குது. நாம ரெண்டடி உசரம்தான் இருக்கோம். யாருமில்லாத காடு... நாம இருக்கலாமுன்னு நினைச்சோம். நம்ம விட பெரிய ஆளு வந்துடுச்சி..."

"அப்ப நாம என்னதான்டா சொல்ல வர?. இதை அடிச்சி சாப்பிட முடியாதுங்கறியா?"

"முடியாதுங்கறேன். அந்த மயிலு எவ்ளோ பெரிசா இருக்குன்னு பாரு. விஷம் நிறைஞ்ச ராஜநாகத்தையே கொன்னு தின்னுடும் இந்த மயிலு.

நாமெல்லாம் அதுக்கு எம்மாத்திரம். உனக்கே ஒரு கண்ணு மட்டும்தான். கண்ணை பாத்து கொத்துச்சுன்னா உனக்கு இன்னோரு கண்ணும் போயிடும். நீ குருடனாத்தான் அலையணும். என்னையும் கொத்த வந்துச்சின்னா... மூணு கால வச்சிகிட்டு என்னால வேகமா ஓட முடியாது. நாம அதுக்கு அடிபணிஞ்சி போயிட்டோம்னா... இந்த காட்டுலயே இருந்துக்கலாம். புரிஞ்சுதா" என்று சொன்னது கால் உடைந்த நரி.

'என்ன இது? நமக்கு பின்னாடி பேச்சுக்குரல் கேட்குதே. யாரா இருக்கும்?' என்று நினைத்தபடி மயில் சட்டென்று திரும்பி நின்றது.

நடந்துகொண்டிருந்த மயில் சட்டென்று திரும்பியதால், இரண்டு நரிகளும் அப்படியே அதிர்ச்சியில் நின்றுவிட்டன.

‘ஆகா! நரிப்பயலுக. இவனுங்க மோசமான ஆளுங்களாச்சே... ஏமந்தா நம்மளை காலி பண்ணிடுவானுங்களே’ என்று மயிலின் மூளை எச்சரிக்கவும், பறந்து செல்ல முற்பட்டது.

நம்மைத்தான் தாக்க வருகிறதோ என்ற பயத்தில். கால் உடைந்த நரி பயத்தில் கத்த ஆரம்பித்தது.

“அண்ணே... மயிலண்ணே... எங்களை ஏதும் பண்ணிடாதீங்க. நீங்க என்ன சொன்னாலும் நாங்க கேக்கறோம். எனக்கோ ஒரு ஒரு காலு உடைஞ்சி போயிருச்சி. இவனுக்கோ ஒரு கண்ணு போயிருச்சி. எங்களை கொன்னுடாதீங்க. நாங்க ரெண்டு பேரும் உங்க அடிமை” என்று சொன்னது.

“ஆகா! நமக்கு இப்படி ஒரு அடிமைகளா? மயிலுக்கு நரிகள் அடிமையாகறதை இப்பத்தான் பாக்கறேன். இவனுங்கள விட்டுடக்கூடாது. நமக்கு சாதகமா இவனுங்கள கணக்கு பண்ணி வச்சிக்கணும்” என்று மயில் தனது மனதில் நினைத்துக்கொண்டது.

அதன்பிறகு, சத்தமான குரலில் “அடேய் நரிப்பயல்களா... என்னோட பலம் தெரிஞ்சி பணிவா இருக்கீங்க. உங்களை ஏதும் பண்ணாம விட்டுடறேன். இனிமே இது என்னோட காடு. இங்க நான் சொல்றதுதான் சட்டம். நீங்க ரெண்டுபேரும் என்னோட அடியாட்கள். நான் சொல்ற வேலையை செய்யணும். செய்வீங்களா?” என்று மயில் கேட்டது.

இரண்டு நரிகளும் நடுங்கியபடியே, “மயிலண்ணே... இந்த நிமிஷத்திலுருந்து நாங்க உங்க அடிமை. நீங்க என்ன சொல்றீங்களோ, அதை அப்படியே கேக்கறோம்ணே!” என்று ஒரே குரலில் சொல்லின.

‘நம்ம கணக்கு தப்பாகல. இவனுங்கள வச்சி, இந்த காட்டையே வளைச்சி போட்டுக்கலாம்’ என்று நினைத்தபடி, “ம்ம். சரி... நான் போய் எனது குடும்பத்தினரையும் நண்பர்களையும் கூட்டிக்கிட்டு வரேன். நாங்க தங்கறதுக்கு வீடு ஒன்றை தயார் செய்து வைங்க. இடம் சுத்தமாக இருக்கணும்” என்றது மயில்.

இரண்டு நரிகளும் மண்டியிட்டபடி, “அப்படியே ஆகட்டும்ணே. நீங்க போய் எல்லோரையும் கூட்டிகிட்டு வாங்க. உங்களுக்கான வீட்டை நாங்க தயார் பண்ணி வச்சிடறோம்” என்றது கால் உடைந்த நரி.

“ஆமாம்ணே. அப்படியே செஞ்சிடறோம்ணே” என்றது ஒற்றைக்கண் நரி.

“சரி... நான் சொன்னதை எல்லாம் தயார் பண்ணி வைங்க” என்று சொல்லிவிட்டு கொல்லிமலை நோக்கி பறந்தது மயில்.

“டேய், நீ போய் அந்த குகையை சுத்தம் பண்ணி வை. நான் போய் மயில் அண்ணன் கூட்டத்துக்கு சாப்பாடும், தண்ணியும் எடுத்துகிட்டு வரேன்” என்றபடி கால் உடைந்த நரி, நொண்டிக்கொண்டே காட்டுக்குள் சென்றது.

‘ஐயோ! நம்ம நிலைமை இப்படி ஆகிப்போச்சே. ஒரு மயில் வந்து நம்மை அடிமையாக்கிடுச்சே...’ என்று ஒற்றைக்கண் நரி, தனது மனதுக்குள் நினைத்துக்கொண்டே குகையை சுத்தம் செய்யப் போனது.

அடுத்த அரை மணி நேரத்தில் குகை மிகவும் சுத்தமாக்கப்பட்டது. குப்பை, கூளம் இன்றி தயாரானது. அதை செய்து முடிப்பதற்குள் ஒற்றைக் கண் நரிக்கு வியர்த்து வழிந்தது. உடம்பெல்லாம் அதற்கு வலி எடுத்தது. கால் உடைந்த நரிக்கும் அதே நிலைதான்.

வேலைகள் எல்லாம் முடிவதற்கும், மயில் தனது கூட்டத்தோடு அங்கு வந்து இறங்குவதற்கும் சரியாக இருந்தது.

பெரிய கூட்டத்தோடு வந்திறங்கியது ஆண் மயில். அதில் 12 பெண் மயில்கள். 14 ஆண் மயில்கள், 3 மயில் குஞ்சுகள் என 29 மயில்கள் இருந்தன.

அடுத்த ஒரு மாத காலத்தில், அந்த மயில்கள் கூட்டம் காட்டையே ஒரு வழி பண்ணியது. நரிகளுக்கு நிற்க நேரமில்லை. மயில்கள் அதை வேலை வாங்கிக்கொண்டே இருந்தன. மூன்று மயில் குஞ்சுகளும் வளர்ந்துவிட்டன.

வளர்ந்த அந்த 3 மயில்களும், "அடேய் நரிப்பயல்களா... ரொம்ப தாகமா இருக்கு. போய் தண்ணி எடுத்துகிட்டு வாங்கடா..." என்று மிரட்டின.

"சரிங்க தம்பிங்களா. இதோ கொண்டு வரோம்" என்றபடி இரண்டு நரிகளும் ஆற்றை நோக்கி சென்றன.

அப்போது ஒற்றைக்கண் நரி, "அடேய், உன்னால நான் கெட்டேன். பெரிய மயிலுங்க எல்லாம் வேலை வாங்குச்சி. பொறுத்துகிட்டேன். நேத்து வந்த சின்னப்பசங்க. இவனுங்க எல்லாம் என்னை மிரட்டறானுங்க. எல்லாம் உன்னாலதான்டா. அப்பவே அந்த ஆண் மயிலை அடிச்சி சாப்பிட முடியலன்னாலும் விரட்டி அடிச்சிருக்கலாம். இப்படி பண்ணிட்டியேடா..." என்று புலம்பியது.

"அடேய் புலம்பாதடா! அந்த ஆண் மயிலை அப்பவே அடிச்சி கொன்னிருக்கலாம்தான். ஆனா உனக்கு ஒரு கண் கிடையாது. பக்கத்துல இருக்கிற மாங்காவை எடுடான்னா... எங்க இருக்குது மாங்கான்னு என்னிடமே கேட்டு தேடுற ஆளு நீ. எனக்கோ கால் உடைஞ்சி இருந்தது. வேகமா ஓடவே முடியாது.

அப்படி இருந்தாலும் கொஞ்சம் முயற்சி பண்ணி இருந்தா அதை காலி பண்ணியிருக்கலாம்தான். ஆனா..?"

"என்னடா... ஆனா?"

"அந்த ஆண் மயில், முதன் முதலில் இந்த காட்டுக்குள்ள வந்தப்ப, ஒண்ணு சொன்னுச்சி. அதை கேட்டதும் அப்படியே அமைதியாகிட்டேன்"

"அப்படி என்னாடா அந்த மயில் சொன்னுச்சி. நான் ஏதும் கவனிக்கலையே?"

"யானை எதிர்ல வந்தாலே நீ கவனிக்க மாட்ட... இதை எங்க கவனிச்சிருக்கப்போற. அந்த மயிலு, தன்னோட குடும்பத்தையும், நண்பர்களையும் கூட்டிகிட்டு வரணும்னு சொல்லிச்சே..."

"அட முட்டாப் பயலே! இது உன் வேலைதானா. அந்த ஆண் மயிலோடு விட்டிருந்தா... நாம அதுக்கு மட்டும்தான் வேலை செஞ்சிருப்போம். அதனுடைய நண்பர்கள், குடும்பத்தாருன்னு 29 பேரை கூட்டிகிட்டு வந்து, இப்போ 69 பேர் கொண்ட பெரிய கூட்டமா மாறிடுச்சி. அத்தனை பேருக்கும் வேலை செய்ய என்னால முடியல. இனி உன் சவகாசமே எனக்கு வேணாம். நாம் வேற காட்டுக்கு போய்த் தொலையறேன்"

"அடேய்... யாரு முட்டாப்பயலுன்னு போகப்போகத் தெரியும். இப்போ எனக்கு காலு சரியாகிடுச்சி தெரியும்ல"

"அதுசரி! முன்னயாச்சும் உனக்கு கால் உடைஞ்சிருந்ததால, கொஞ்சமா உனக்கு வேலை வச்சாங்க. இப்போ கால் உனக்கு சரியாகிடுச்சி. அதான் அதிகமா வேலை வைக்கறாங்க. அடிமை வேலைக்காரனாவே மாறிட்டோமேடா"

“அடேய்! இன்னுமா நீ புரிஞ்சிக்கல. இப்ப என் கால் சரியாகிடுச்சி. நான் வேட்டையாடத் தயாராகிட்டேன். உன்னை வச்சிகிட்டு வேட்டையாடறது எனக்கு சிரமம்.”

“என்னடா உனக்கு சிரமம்?”

“ஆமாம்டா. ஒரு பக்கம் மட்டும்தான் உனக்கு பார்வை இருக்கும். மறுபக்கம் பார்வை இல்லை. அதுதான் நமக்கு பெரிய சிரமமே! ரெண்டு கண்ணும் நல்லா இருந்தாலே வேட்டையில நமக்கு எதுவும் சிக்க மாட்டேங்குது. அதனாலதான் நான் ஒரு கணக்கு போட்டேன்.”

“நீ என்னடா கணக்கு போட்ட?”

“அந்த ஒரு மயிலை அடிச்சிருந்தோம்னா... இன்னிக்கு 69 மயிலு இங்க வந்திருக்குமா? நாம ஏன்டா வேட்டையாடி சாப்பிடணும்? வாரத்துக்கு ஒரு மயிலுன்னு அடிச்சி சாப்பிட ஆரம்பிச்சோமுன்னா, வருசக்கணக்கா சாப்பாட்டுக்கு பிரச்சினை இல்லாம இருக்கலாம்டா... அதனாலதான் அதுங்களுக்கு இத்தனை நாளா அடிமை மாதிரி நடிச்சேன்.”

“அடேய்... நிஜமாவா சொல்ற நீ..!”

“அட நிஜமாத்தான்டா. இனிமே வாரம் ஒரு மயில் காணாம போகும். அதுங்களை ஒவ்வொண்ணா அடிச்சி சாப்பிடுவோம். கடைசி வரை அடிமை மாதிரியே நடிப்போம். அப்பத்தான் நம்ம மேல அதுங்களுக்கு சந்தேகம் வராது” என்றது கால் சரியான நரி.

“ஆகா... நீதான்டா உண்மையான நரிப்பயல்...” என்று பாராட்டியது ஒற்றைக்கண் நரி.

❁❁❁

7. கேட்டால் கிடைக்கும்

கனிமொழி பிறந்த அன்று, அவளுடைய கிராமமே அவளைப் பற்றித்தான் பேசியதாக அவளுடைய அம்மா கல்பனா சொல்லிக் கேட்டிருக்கிறாள். அவளது அப்பா சுரேந்தரும், அம்மா கல்பனாவும் கருமை நிறம். ஆனால் கனிமொழியோ அச்சு அசல் வெள்ளைக்காரக் குழந்தை போல, வெள்ளை ரோஜா வண்ணத்தில் பிறந்திருந்தாள்.

அவளை வந்த பார்த்த கிராமத்தினர்கள், "அமெரிக்காவுல, அடுக்குமாடி வீட்டுல பொறந்திருக்க வேண்டிய குழந்தை இது. இந்த அம்மம்பாளையம் கிராமத்துல இருக்கிற குடிசை வீட்ல வந்து பொறந்திருக்குது பாரேன்" என்று கொஞ்சிவிட்டுப் போனார்கள்.

கனிமொழியின் சித்தி செல்லம்மா வந்து பார்த்தார்.

"நாங்தான் கறுப்பா இருக்கோம். எங்கே எங்களுக்கு பொறக்கற குழந்தையும் கறுப்பா பொறந்துடுமோன்னு பயந்துகிட்டு இருந்தோம் செல்லம்மா"

"உனக்கு எதுக்கு அக்கா பயம்?"

"எனக்கு பொறக்கற குழந்தை கறுப்பா பொறந்தா, எங்களை கறுப்பன், கறுப்பின்னு பலரும் கிண்டல் செஞ்சது மாதிரி, அதையும் கிண்டல் செய்வாங்க. மனசை நோகடிப்பாங்கன்னுதான் பயம் செல்லம்மா"

“அதான் புள்ளை அழகா வெள்ளையா இருக்கே. அப்புறம் என்னக்கா?”

“ரொம்ப சந்தோஷமாதான் இருக்கு! ஆனா..?”

“என்னக்கா... ஆனான்னு இழுக்கற?”

“குழந்தையோட தலைமுடி கறுப்பா இல்லாம வெள்ளையாவே இருக்கேன்னுதான் யோசிக்கறேன்?”

“அட, இவ வெள்ளைக்காரி போலவே பொறந்திருக்கா. எல்லாம் வளர வளர சரியாயிடும். வளரும்போது முடி மட்டும் கறுப்பானா போதும். இந்த வெள்ளை நிறம் மட்டும் அப்படியே இருக்கணும்”

“ஆமாம்டி! அப்பத்தான், மூஞ்சிய வெள்ளையாக்கற கிரீமுங்க, பவுடருங்கன்னு நம்மறை ஏமாத்தற பொருளை வாங்காம இருக்கலாம்” என்று சொல்லி சிரித்தார்கள்.

கனிமொழி வளர வளர அவள் முடியும் கறுப்படையவில்லை. உடலும் கறுப்படையவில்லை. வெள்ளை நிறம் எவ்வளவு மகிழ்ச்சியைத் தந்ததோ, அவள் பள்ளியில் சேர்ந்து, படிக்குபோது அப்படியே துன்பமாக மாறிப்போனது.

கனிமொழி இப்போது எட்டாம் வகுப்பு படிக்கிறாள். அவளால் வெயிலில் நடக்க முடியாது. வெயிலில் நிற்கவும் முடியாது. வெயிலில் சென்றால் அவளது உடம்பெல்லாம் எரியும். வெளிச்சத்தைக் கண்டாலே கண்கள் கூசும். பள்ளியில் எழுதிப்போடும் எழுத்துகள் அவளுக்கு மங்கலாகவே தெரிந்தன.

மருத்துவர்களிடம் காட்டியதற்கு, “கனிமொழிக்கு மரபணு குறைபாடு இருக்கிறது. அதனால் நமது உடம்பில் இயற்கையாக இருக்கவேண்டிய மெலனின்

செல்கள் இல்லை. இந்த மெலனின் செல்கள்தான் நம் உடலின் நிறத்தை கறுப்பாக வைத்திருக்கும் திறன் கொண்டது.

கறுப்பாக இருப்பதாலதான் நம்மால் கடும் வெயிலைக்கூட தாக்குப்பிடிக்க முடிகிறது. வெளியே சென்று விட்டு வரமுடிகிறது.

கனிமொழியின் மரபணுவில் மெலனின் நிறமி உற்பத்தி செய்வதற்கான காரணி இல்லை. அதனால்தான் அவளது தோல், முடி எல்லாம் வெள்ளை நிறத்தில் இருக்கிறது. அவளால் வெயிலில் நடமாட முடியாது. அதையும் மீறி வெயிலில் சென்றால் தோல் எரிச்சல் ஏற்படும். கண்கள் கூசும். பார்வைத் திறன் குறையும்.

நெருங்கிய சொந்தத்தில் திருமணம் செய்துகொள்பவர்களுக்கு பிறக்கும் குழந்தைகளுக்குத்தான் இந்த குறைபாடு வரும். இதை அல்பினிசம் என்பார்கள்.

வெள்ளையா பொறக்கலையேன்னு பலரும் கவலைப்படுவாங்க. நம்ம நாட்டு வெப்பநிலைக்கு குழந்தைங்க கறுப்பாதான் இருக்கணும். அது நம்மளப் பாதுகாக்கற நிறம்னு எப்போதுதான் இந்த மக்கள் புரிஞ்சிக்கப்போறாங்களோ தெரியல" என்று சொல்லிவிட்டார்கள்.

தொடக்கத்தில் பள்ளிக்கூடம் சென்றபோது கனிமொழிக்கு எந்த பிரச்சனையும் இல்லை. அவள் வளர ஆரம்பித்ததும், உடலிலும் பிரச்சனைகள் வளர்ந்தது.

ஒவ்வொரு ஆண்டும் பூமியிலுள்ள மரங்களும் வனங்களும் அழிக்கப்பட்டுக்கொண்டே இருக்கின்றன. இதனால் பூமியின் வெப்பநிலை ஒவ்வொரு ஆண்டும் உயர்ந்துகொண்டே போனதே தவிர குறையவில்லை.

இந்த மாற்றத்திற்கு ஏற்ப கனிமொழியின் உடல் மாறவில்லை என்பதால் பிரச்சனைகள் அதிகமாக ஆரம்பித்தன. மருத்துவர்கள் முன்பு சொன்னது போல் கண்பார்வை குறைபாடு வந்துவிட்டது. வெயிலில் நடந்து சென்றால் தோலில் எரிச்சல் ஏற்பட்டது.

சக மாணவர்கள் அவளைக் கிண்டல் செய்வதும் அதிகரிக்க ஆரம்பித்துவிட்டது.

“வெள்ளச்சி... வெள்ளச்சி... வெளிய போடி வெள்ளச்சி...” என்று கிண்டல் செய்தார்கள்.

அதைக்கூட அவளால் பொறுத்துக்கொள்ள முடிந்தது.

“வெள்ளைத் தோலு கனிமொழி. நொள்ளைக் கண்ணு கனிமொழி” என்றும் கிண்டல் செய்ய ஆரம்பித்துவிட்டார்கள்.

அன்று பள்ளயிலிருந்து வீட்டுக்கு அழுதுகொண்டே வந்தாள் கனிமொழி.

“என்னம்மா ஆச்சு? ஏம்மா அழற?” என்று கேட்டார் கல்பனா.

“எல்லோரும் என்னை ரொம்ப கிண்டல் பண்றாங்கம்மா. என்னை எதுக்கும்மா இப்படி வெள்ளையா பெத்த. உன்னை மாதிரியே அழகா, கறுப்பா பெத்திருக்கலாம். கண்ணும் வர வர தெரியமாட்டேங்குதும்மா” என்று சொல்லிவிட்டு ஓவென்று அழுதாள்.

கல்பனாவிற்கு என்ன சொல்வதென்றே தெரியவில்லை. “கறுப்பு நிறம் மோசம். வெள்ளை நிறம்தான் அழகுன்னு நினைச்சேன். இப்போ அந்த வெள்ளை நிறமே உனக்கு நோயா மாறும்னு நினைக்கலம்மா...” என்று சொல்லிவிட்டு அவரும் அழுதார்.

அன்று இரவு, கனிமொழியின் உடல்பரிசோதனைக்காக மருத்துவரிடம் போனார்கள்.

பரிசோதனைக்குப் பிறகு மருத்துவர் கனிமொழியிடம், "கறுப்பாக இருக்க வேண்டிய கண்ணின் கருவிழி, வெள்ளையாகவே இருக்கு. அதனாலதான் கனிமொழிக்கு பார்வை சரியா தெரியல. இனிமே கனிமொழி வெளியில் நடமாடுவதைக் குறைசிக்கணும். அதையும் மீறி வெளியே போற வேலை இருந்தா. கண்ணுக்கு கறுப்பு கண்ணாடி போட்டுக்கோங்க. வீட்டில் இருந்தேபடியே படிக்கறது நல்லது" என்றார்.

வீட்டிற்கு வந்தார்கள். "இனிமே பள்ளிக்கூடம் போகவேண்டாம் கனிமொழி" என்றார் சுரேந்தர்.

"அப்புறம் எப்படிப்பா படிக்கறது?"

"படிப்பை விட எனக்கு என் பொண்ணுதாம்மா முக்கியம்" என்றார் சுரேந்தர்.

அன்றிலிருந்து அவள் பள்ளிக்குப் போகவில்லை. வீட்டிலேயே இருந்தாள்.

அவர்களுடைய குடிசை வீட்டில் மின்விளக்கை போட மாட்டார்கள். இவளுக்கு கண்கள் கூசுமே என்பதால் பல நேரங்களில் அகல் விளக்கு ஏற்றி வைத்துக்கொள்வார்கள்.

டிவிக்கெல்லாம் அவர்கள் வீட்டில் வசதி இல்லை என்பதால், பாடப்புத்தகங்களை சிரமப்பட்டு படித்துக் கொண்டிருந்தாள். அவ்வப்போது அவளது அம்மா சொல்லிக்கொடுப்பார்.

ஒரு வாரமாக கனிமொழி பள்ளிக்கு வரவில்லை என்பதால், அவளைத்தேடி அவளது ஆசிரியையான பிரதீபா வீடு தேடி வந்துவிட்டார்.

அவர் அறிவியல் ஆசிரியர் என்பதால் கனிமொழியின் உடல்பிரச்சினை அனைத்தும் தெரியும். பள்ளிக்கு வராத காரணமும் அவருக்குத் தெரியும்.

"கனிமொழி... கனிமொழி..." வெளியே இருந்து கூப்பிட்டார் பிரதீபா.

குரல்கேட்டதும் அவரை அடையாளம் கண்டுகொண்ட கனிமொழி, "டீச்சர்! வாங்க டீச்சர்! நல்லா இருக்கீங்களா? என் பிரெண்டுங்க எல்லாம் நல்லா இருக்காங்களா?" என்று கேட்டாள்.

"எல்லோரும் நல்லா இருக்கோம். ஆமா நீ ஒரு வாரமா பள்ளிக்கூடம் வரலயாமே. நான் சென்னை போயிட்டதால, நானும் ஒரு வாரம் பள்ளிக்கே வரல. இன்னிக்கு பள்ளிக்கு வந்தப்பதான் நீ ஒரு வாரமா வரலன்னு தெரிஞ்சது. அதான் உன்னை பாக்க வந்துட்டேன்" என்றார்.

"டாக்டர் பள்ளிக்கூடம் போகவேண்டாம். வீட்டுலயே இருங்கன்னு சொல்லிட்டாரு. வெயில்ல நடக்க முடியலீங்க டீச்சர். அதான்..." என்றாள் கனிமொழி.

அந்த நேரத்தில் உள்ளே வந்த கல்பனா, "வாங்க டீச்சர். எப்படி இருக்கீங்க?" என்று நலம் விசாரித்தார்.

"கனிமொழி ஏன் பள்ளிக்கு வரலன்னு கேட்டுட்டுப்போக வந்தேன்" என்றார்.

"டாக்டரும் சொல்லிட்டாரு. அவளோட அப்பாவும் சொல்லிட்டாருங்க. புள்ளையோட படிப்பு போச்சேன்னும் வருத்தமா இருக்குதுங்க" என்றார் கல்பனா.

இது ஒரு மரபணு குறைபாடு. இப்போது வரை இதுக்கு மருந்து கண்டுபிடிக்கல. பெண் குழந்தை

படிக்கணும். கல்விதான் அவளுக்கு நாம கொடுக்கும் மிகப்பெரிய சொத்து. அவ பள்ளிக்கு வரலன்னாலும் பரவால்ல. ஆனா, வீட்டில் இருந்தே படிக்கறதுக்கு ஏற்பாடு பண்றேன். தேர்வு எழுத வந்தா போதும்"

"கண்ணு சரியா தெரியலயே டீச்சர். எப்படி நான் எழுத முடியும்?" என்று கேட்டாள் கனிமொழி.

"நீ எழுத வேண்டாம் கனிமொழி. அதுக்கு ஒரு வழி இருக்குது. கண் தெரியாதவங்க, உடம்புக்கு முடியாதவங்க, தனக்கு பதிலாக ஒருவரை தேர்வெழுத வச்சிக்கலாம். அவங்கள ஸ்கிரைப்னு சொல்லுவாங்க.

அவங்க கேள்வித்தாளில் இருக்கும் கேள்விகளை உங்கிட்ட சொல்வாங்க. அப்போது நீ என்ன பதிலை சொல்றியோ அதை அப்படியே எழுதித் தந்துடுவாங்க. நீ தேர்வை எழுதமாட்ட, ஆனா உன்னோட பதில்தான் அதில் இருக்கும். அரசு இதுபோன்ற வழிமுறைகளை வச்சிருக்கு. நான் அதற்கு ஏற்பாடு பண்றேன்"

"ரொம்ப நன்றிங்க டீச்சர்..!"

"நன்றி எல்லாம் வேணாம். நான் சென்னைக்கு போயிட்டு வந்தேன். சென்னையில உனக்காக ஒரு வானொலி வாங்கிட்டு வந்தேன். உன்னால எதையும் தெளிவா பாக்க முடியாது. ஆனா, எதையும் உன்னால கேக்க முடியும். தினமும் இந்த வானொலியில் செய்தியைக் கேளு. பாட புத்தக அறிவு மட்டும் போதாது. பொது அறிவும் நமக்கு வேணும். ஆங்கிலத்தில் செய்தி வாசிப்பாங்க. அதை தினமும் கேளு. மொழி அறிவும் வளரும். ரொம்ப போரடிச்சா பாட்டும் கேட்டுக்கோ. வாரத்துல ரெண்டு நாள், உன் வீட்டுக்கே வந்து பாடம் சொல்லித்தரேன். நீ எதைப்பத்தியும் யோசிக்காம படிக்கற வேலையேப் பாரு" என்றார் பிரதீபா.

சொன்னபடியே அவள் கையில் ஜெர்மன் ரேடியோவை கொடுத்துவிட்டுச் சென்றார் பிரதீபா. சிறியதாகவும், எடை குறைவாகவும் கைக்கு அடக்கமாகவும் அந்த வானொலி இருந்தது.

தினமும் ஒவ்வொரு மணி நேரத்திற்கு ஒருமுறை ஆல் இந்தியா ரேடியோவில் செய்தி கேட்டாள். பாட்டு கேட்டாள். அது அவளது தனிமையைப் போக்கியது.

வாரம் இருமுறை வீட்டிற்கு வந்து பிரதீபா நடத்தும் பாடங்களை நன்றாக கேட்டுக்கொண்டாள்.

76வது சுதந்திர தினம் வருகிறது என்பதால் பள்ளிகளுக்கு இடையேயான பொது அறிவுப்போட்டியை மாவட்ட அளவில் வைத்திருந்தார்கள். அதில் கலந்து கொள்ள கனிமொழி விரும்பினாள். பிரதீபா, தன்னுடைய வண்டியில் கனிமொழியை கூட்டிச்சென்றார்.

மொத்தம் 52 பள்ளிகளில் இருந்து வந்திருந்தார்கள். 5 சுற்றுகள் கொண்ட பொது அறிவுப்போட்டியில் அனைத்து சுற்றிலும் சரியான பதில்களை சொல்லி, முதல் பரிசைப் பெற்றாள் கனிமொழி.

மாவட்ட அளவில் முதலிடம் பிடித்ததால், மாநில அளவில் நடக்கும் போட்டிக்கு கனிமொழி தேர்வாகி இருப்பதாக சொன்னார்கள். அதிலும் அசத்தினாள் கனிமொழி.

தேசிய அளவிலான பொது அறிவுப்போட்டிக்கு தமிழ்நாடு மாநிலம் சார்பாக கனிமொழியே தேர்வானாள்.

'விமானத்தில் டெல்லி வரவும்' என்ற தகவலோடு விமான பயணத்திற்கான டிக்கெட்டுகளையும் அனுப்பி வைத்திருந்தார்கள்.

டெல்லியில் நடைபெறும் இறுதிப்போட்டிக்கு கனிமொழியுடன் ஆசிரியர் என்ற முறையில் பிரதீபாவும் சென்றார்.

ரயிலில் கூட பயணிக்காத கனிமொழி, முதல்முறையாக விமானத்தில் டெல்லிக்குச் சென்றாள்.

இந்தியா முழுதும் உள்ள மாநிலங்கள், யூனியன் பிரதேசங்களில் இருந்தும் மாணவர்கள் வந்திருந்தார்கள். 80 மாணவர்கள் இதில் கலந்துகொண்டார்கள்.

தேசிய அளவிலான இப்போட்டியில் மொத்தம் 7 சுற்றுகள். இரண்டு சுற்றுகளில் அவளால் ஓரளவுக்கே புள்ளிகளை எடுக்க முடிந்தது. அடுத்து வந்த 5 சுற்றுகளிலும் கனிமொழியே முன்னணியில் இருந்தாள்.

போட்டியின் முடிவை அறிவித்தார்கள், "இந்திய அளவில் நடத்தப்பட்ட இந்த அறிவுப்போட்டியில் சாம்பியன் பட்டத்தையும், ரூ.5 லட்சம் பரிசையும் தட்டிச்செல்பவர் கனிமொழி" என்றதுதான் தாமதம், ஓடி வந்து பிரதீபாவைக் கட்டிப்பிடித்துக்கொண்டாள் கனிமொழி. அவள் கண்களில் கண்ணீர் வந்தது. பிரதீபாவும் அழுதுவிட்டார்.

பிரதமர் கையால் மேடையில் விருது வாங்கினாள் கனிமொழி. "இந்த போட்டியில் எப்படி வெற்றிபெற முடிந்தது. எல்லோருக்கும் கேக்கற மாதிரி இந்த மைக்ல சொல்லுங்க கனிமொழி" என்றார் பிரதமர்.

"நான் ஒரு அரசுப்பள்ளி மாணவி. அம்மம்பாளையங்கற கிராமத்துல இருந்து எங்க பிரதீபா டீச்சரோடு இங்க வந்திருக்கேன். எனக்கு அல்பினிசக் குறைபாடு இருக்கு. கண்ணும் சரியா தெரியாது. அதனால கேட்கும் திறனை வளத்துக்கிட்டேன். அந்த திறனை வளர்த்தது எங்க டீச்சர் பிரதீபாதான்.

அவங்க என் வீட்டுக்கே வந்து பாடம் எடுத்தாங்க. அது படிப்புக்கு உதவுச்சி. அவங்க எனக்கு ஒரு வானொலி வாங்கிக் கொடுத்தாங்க. அதில் தினமும் நான் கேட்ட செய்திகள் என் பொது அறிவையும் வளத்துச்சி, ஆங்கில மொழி அறிவையும் வளத்துச்சி" என்றாள்.

அதைக்கேட்ட பிரதமர், "வாழ்த்துகள் கனிமொழி. படித்துவிட்டு, என்னவாக விரும்புகிறாய்" என்று கேட்டார்.

"கண் பார்வைத் திறன் இல்லை என்றாலும் தமிழ்நாட்டில் இருந்து சிவில் சர்வீஸ் தேர்வில் வெற்றிபெற்ற, பெனோ செபைன் அக்காவைப் போல நானும் சிவில் சர்வீஸ் அதிகாரியாகணும்" என்றாள் கனிமொழி.

"வாழ்த்துகள் கனிமொழி" என்று சொல்லி, அவளை கீழே அனுப்பி வைத்துவிட்டு பேச ஆரம்பித்தார் பிரதமர்.

"இன்றைய காலகட்டத்தில் படிக்க வேண்டிய மாணவர்கள் கையில் புத்தகம் இருப்பதில்லை. செல்போன்கள்தான் இருக்கிறது. அது அவர்களை ஆக்கவும் செய்யும் அழிக்கவும் செய்யும். பெரும்பாலானாவர்கள் வீடியோ கேம், சினிமா என்று பலவற்றை பார்த்து நேரத்தை வீணடிப்பது மட்டுமின்றி, அவர்களது திறமைகளையும் வீணடித்துக்கொள்கிறார்கள். சில நேரங்களில் அவர்களது வாழ்க்கை திசைமாறிப் போயிவிடும் நிலை இருக்கிறது.

செல்போன் பயன்பாட்டை மாணவர்கள் குறைத்துவிட்டு புத்தகங்களின் பயன்பாட்டை அதிகரிக்க வேண்டும். செல்போன் பயன்படுத்தினால் எதிர்காலத்தில உங்கள் கண்கள் பாதிப்படையும் என்பதை மறந்துவிடாதீர்கள்.

அல்பினிசக் குறைபாட்டால் கண்பார்வை இழந்து, இந்தியாவின் தென்கோடியில் இருக்கும் ஒரு கிராமத்தில் வசிக்கும் கனிமொழி, இன்று இந்த பட்டத்தை வென்றிருக்கிறார். பல்வேறு வசதி வாய்ப்புகளைக் கொண்டு, தனியார் பள்ளிகளில் படிக்கும் நகரத்து மாணவர்களை பின்னுக்குத் தள்ளி, தமிழ்நாட்டின் கிராமத்திலுள்ள அரசுப்பள்ளியில் படித்த கனிமொழி இப்பட்டத்தைப் பெற்றிருக்கிறார்.

அவர் செல்போன்களையோ, டிவியையோ பார்க்கவில்லை. வானொலியை மட்டும்தான் கேட்டார். நல்லதைக் கேட்டார். இன்று அவருக்கு இந்த பட்டம் கிடைத்திருக்கிறது. அவரைப்போல நீங்கள் எல்லோரும் வரவேண்டும். கனிமொழிக்கு உறுதுணையாக இருந்த ஆசிரியை பிரதீபாவுக்கு எனது வாழ்த்துகள்.

தோல் வெள்ளையாக இருப்பது அழகல்ல. மனம் வெள்ளையாக இருப்பதே அழகு என்பதை இனியேனும் புரிந்துகொள்ளுங்கள். யாரையும் நிறத்தைக்கொண்டோ, உடல் குறைபாட்டைக்கொண்டோ பழித்துப்பேசக் கூடாது. ஒவ்வொரு மனிதரிடமும் ஒரு திறமை இருக்கிறது என்பதை மறந்துவிடக்கூடாது.

அல்பினிச குறைபாட்டை சரி செய்வதற்கான தீர்வை நமது விஞ்ஞானிகளே விரைவில் உலகத்திற்கு தருவார்கள் என நம்புகிறேன். அதுவரை கனிமொழிக்கு ஆகும் மருத்துவ செலவை நான் ஏற்றுக்கொள்கிறேன். வாழ்க பாரதம்" என்று பேசி முடித்தார்.

கைத்தட்டல்களால் அந்த அரங்கமே அதிர ஆரம்பித்தது.

❁❁❁

8. வாயாடித் தவளை

வெயில் காலம் முடிந்து மழைக்காலம் ஆரம்பிக்க இருந்த தருணம்.

அந்த வயலில் இப்போதுதான் ஏர் ஊழுது, மண்ணை உலர விட்டு, தண்ணீர் பாய்ச்சி வைத்திருந்தார்கள்.

அந்த தண்ணீரும் ஏரியில் இருந்து திறந்துவிடப்பட்ட தண்ணீராகும். அந்த ஏரியிலிருந்து வந்த தண்ணீரில் நான்கு ஆண் தவளைக் குஞ்சுகள் அந்த வயலுக்கு வந்து சேர்ந்தன.

முதல் தவளையின் பெயர் திமிங்கலம். இரண்டாவது தவளையின் பெயர் சுறா. மூன்றாவது தவளையின் பெயர் எருமகடா. நான்காவது தவளையின் பெயர் விலாங்கு என அதுவாக பெயர்களை வைத்துக்கொண்டன.

இந்த நான்கு தவளைகளும் வெவ்வேறு குடும்பத்தில் இருந்து வந்தது என்பதால், இந்த வயல்வெளியில் நண்பர்களாக மாறின.

வயலுக்கு சொந்தக்காரர் வரும்போதெல்லாம் நான்கு தவளைகளும் ஆளுக்கொரு வரப்பின் ஓரத்தில் பதுங்கிக்கொள்ளும். நாளடைவில் எந்தெந்த வரப்புகளில் பதுங்கிக் கொண்டதோ, அந்த வரப்புகளே அதற்கான வீடுகளாக மாறிப்போனது.

வயிலின் வரப்பு ஓரம் வரும் பூச்சிகள், வெட்டுக்கிளிகளே அந்த தவளைகளுக்கு பிரதான உணவுகள். அதை சாப்பிட்டு நன்றாக வளர ஆரம்பித்தன. சாப்பிட்டு முடித்த சந்தோசத்தில், பாடுகிறேன் என்று சொல்லிக்கொண்டு எருமகடா கத்த ஆரம்பித்துவிடும். அதை கேட்க சகிக்காமல் மற்ற மூன்று தவளைகளும் ஓடிவிடும்.

வயலைப் பண்படுத்தி, ஒரு புறம் விதை நெல்லை விதைத்துவிட்டுப் போனார் வயலின் உரிமையாளர்.

சில நாட்களில் விதை நெல் அனைத்தும் நாற்றாக வளர்ந்து செழிக்க ஆரம்பித்தது.

தவளைகளும் பச்சைப் பசேலென வளர்ந்த நாற்றுகளைப் பார்த்து மகிழ்ச்சியடைந்தன. 'இத்தனை பச்சை பசேலென செடிகளைப் வாழ்நாட்களில் பார்த்ததே இல்லை. செடி முளைத்தால் பூச்சிகள் வரும். பூச்சிகள் வந்தால் நமக்கு சாப்பிடக் கிடைக்கும்' என்று சொல்லி அந்த நான்கு தவளைகளும் கும்மாளமிட்டன.

அடுத்த சில நாட்களில் வயலில் ஆட்கள் இறங்கினார்கள். நாற்றைப் பறித்து கட்டி வயலுக்குள் வீசினார்கள். பெண்களோடு ஆண்களும் இறங்கி வயல் முழுக்க நாற்றுகளை நட ஆரம்பித்தார்கள்.

அவர்கள் 2 நாட்கள் வருவதும் போவதுமாக இருந்ததால் பூச்சிகளும் வரவில்லை. வெட்டுக்கிளிகளும் வரவில்லை. நான்கு தவளைகளும் "பசிக்குதே... பசிக்குதே..." என்று புலம்ப ஆரம்பித்தன.

"டேய் திமிங்கிலம். என்னால பசி தாங்க முடியல. இதுக்கு மேலயும் இந்த வயல்ல நாம இருக்கணுமா. எங்கயாச்சும் போயிடுவோம்" என்றது விலாங்கு.

“வேணாம்டா விலாங்கு. இதைவிட பாதுகாப்பான இடம் நமக்கு கிடைக்காது. இந்த வயலை தாண்டிப்பார்த்தா நிறைய புதர்களாத்தான் இருக்குது. வயல்கள் எதுவுமே இல்ல. அந்த புதர்களில் நம்மை சாப்பிடும் பாம்புகள் இருக்கும்” என்றது திமிங்கிலம். திமிங்கிலம் சொன்னதையே சுறாவும் சொன்னது.

“என்ன..? நம்மளையே தூக்கி சாப்பிடறதுக்கு ஆள் இருக்காங்களா... யாரு அந்த பாம்புப் பசங்களா? அவங்க எல்லாம் என் கால் தூசுக்குச் சமம். ஏரியில இருந்த பாம்புகளுக்கே தண்ணி காட்டிய ஆளு நானு” என்ற கத்தியபடியே எருமகடா துள்ளியது.

“டேய் எருமகடா... அமைதியா இரு... திமிங்கிலம் சொல்றதுதான் சரி!” என்றது சுறா.

“அடச்சீ... பயந்தாங்கோலி பசங்களா. தொடை நடுங்கியா இருக்காதீங்கடா. நான் கிளம்பறேன்” என்றது எருமகடா.

மற்ற மூன்று தவளைகளுக்கும் எருமகடாவை தனியே அனுப்ப மனம் இல்லை. “டேய் போகாதடா. இன்னும் ரெண்டு நாள் பொறுத்திருந்து பார்ப்போம். உணவுக்கு வழி கிடைக்கலன்னா. உன் பேச்சைக் கேக்கறோம்” என்றன.

“ரெண்டு நாளெல்லாம் முடியாது. உங்களுக்காக நாளை வரை பொறுத்திருக்கிறேன்” என்றது எருமகடா.

பசி தெரியாமல் இருப்பதற்காக, தனது கட்டைக் குரலால் பாட ஆரம்பித்தது எருமகடா.

அது கத்தும் குரலை மூன்று தவளைகளால் கேட்க முடியவில்லை. மீறி ஏதாவது சொன்னால் எருமகடா கோபித்துக்கொள்ளும் என்பதால், மூன்று தவளைகளும்

காதைப் பொத்திக்கொண்டு தமது வரப்புகளுக்குள் சென்று பதுங்கின.

இரவு முழுக்க "கரக்... கரக்... கரக்..." என்று கத்திக்கொண்டே இருந்தது எருமகடா.

அவர்கள் எதிர்பார்த்த மறுநாளும் வந்தது. வயலின் உரிமையாளர் வந்து பார்த்தார். நெல் நாற்றுகள் மிகவும் அழகாக நடப்பட்டிருந்தன. போதிய அளவு தண்ணீர் இருக்கிறதா என்று பார்த்துவிட்டு போனார். அந்த வயலில் தண்ணீர் வற்றும் வரை வரவே இல்லை.

மனித நடமாட்டம் இல்லாததால் பூச்சிகளும், வெட்டுக்கிளிகளும் வயலுக்கு ஒவ்வொன்றாக வரவே திமிங்கிலம், சுறா, விலாங்கு, எருமகடாவும் போட்டிபோட்டுக்கொண்டு சாப்பிட்டு பசியாறின. உணவு கிடைக்க ஆரம்பித்துவிட்டதால், வெளியே போகும் திட்டமும் கைவிடப்பட்டது.

பத்து நாட்கள் சென்றிருக்கும். நெல் நாற்றுகள் ஓரளவிற்கு வளர்ந்திருந்தன. வயலில் தண்ணீர் இல்லாததால் ஏரியில் இருந்து வரும் தண்ணீரை வயலுக்கு திருப்பிவிட்டார் வயல்காரர்.

அந்த தண்ணீரோடு மூன்று தவளைகள் வந்தன. அதில் வயதான தவளை ஒன்றும், சிறிய தவளைகள் இரண்டுமாக அங்கு வந்து சேர்ந்தன.

புதிதாக மூன்று தவளைகளைக் கண்டதும், எருமகடாவிற்கு ஆத்திரமாக வந்தது.

"ஏய்... நீங்க எல்லாம் இங்க வரக்கூடாது. இது எங்க இடம். ஒழுங்கா ஓடிப்போயிடுங்கடா. இல்லன்னா அடிச்சு விரட்டிடுவேன்" என்று கத்த ஆரம்பித்தது எருமகடா.

“தம்பி... வயசுல பெரியவன் நானு. மரியாதை இல்லாம பேசுறியே?” என்றது வயசான தவளை.

“இவரு பெரிய தலைவரு... இவருக்கு மரியாத கொடுக்கமா போயிட்டோம். ஒரு மாசமா இங்க நாங்கதான் எல்லாமே. போவியா...” என்றது எருமகடா.

“டேய்... எருமகடா, சும்மா இருக்கமாட்ட. நாமளும் இங்க தன்னந்தனியாதான் வந்தோம். பழசை மறக்கக்கூடாது” என்று சொன்ன திமிங்கிலம், வயசான தவளையிடம், “ஐயா கோவிச்சுக்காதீங்க. அவன் சரியான வாயாடி. எங்க எல்லாத்தையும் விட அவன் நல்லா குண்டா இருகிறதால அப்படி பேசறான். என் கூட வாங்க” என்று சொல்லிவிட்டு, அந்த வயதான தவளையைக் கூட்டிக்கொண்டு போனது திமிங்கிலம்.

மற்ற இரண்டு சிறிய தவளைகளும், எங்கு போவதென்று தெரியாமல், எருமகடாவைப் பார்த்து பயத்தால் நடுங்கிக்கொண்டிருந்தன.

அதைப்பார்த்து உள்ளுக்குள் சிரித்துக்கொண்ட எருமகடா, “அடேய் தொடை நடுங்கிப் பசங்களா. நீங்க ரெண்டுபேரும் எனக்கு வேலையாளா இருக்கணும். அப்படி இருந்தாதான் உங்களை இங்கே தங்க வைப்பேன். இல்லன்னா அடிச்சி விரட்டிடுவேன்” என்று மிரட்டியது.

அந்த குட்டித்தவளைகள் இரண்டும், பயத்தில் “சரிங்க... அப்படியே இருக்கறோமுங்க” என்றன.

“அப்படி வாங்க வழிக்கு! எனக்கு இப்போ கால் பிடிச்சு விடுங்கடா” என்றது எருமகடா. இரண்டு சின்ன தவளைகளும் அப்படியே செய்தன. உடனே பாட ஆரம்பித்தது எருமகடா.

பாடுகிறோம் என்ற நினைப்பில் இரண்டு சிறிய தவளைகளின் காது செவிடாகும் அளவிற்கு கத்த ஆரம்பித்தது. அதன் காதுகளில் ரத்தம் வராத குறைதான்.

"அடேய் இவன் கத்த ஆரம்பிச்சுட்டான். இனிமேலும் நாம இங்கே இருந்தா, நம்ம காது கிழிஞ்சுரும். வாடா போகலாம்" என்றபடி சுறாவும் விலாங்கும் அதனுடைய இடத்துக்கு ஓடிப்போயின.

இரண்டு மாதங்கள் போயிருக்கும். வயலில் நெற்கதிர்கள் நன்றாக வளர்ந்துவிட்டன. அதைச் சாப்பிடுவதற்காக எலிகளும் அங்கே குடிவந்தன.

அன்று மதியம் எருமகடாவிற்கு இரண்டு குட்டித்தவளைகளும் உணவு சேகரித்து கொண்டுவந்து கொடுத்தன. அதை சாப்பிட்டுவிட்டு, பாட்டுப்பாட ஆரம்பித்தது எருமகடா.

அப்போது அங்கு வந்த வயதான தவளை. "தம்பி... நீ பெரிய பாடகன்தான். ஒத்துக்கறேன். 'தவளை தன் வாயால் கெடும்'னு மனுசங்க எல்லாம் சொல்லுவாங்க. அதுக்கு உதாரணமா மாறிடாத. எலிகள் நிறைய வந்துடுச்சி. அதை மோப்பம் பிடிச்சிகிட்டு பாம்புகள் வரும். உன் சத்தம் கேட்டு இங்கயும் வந்துடப்போகுது. அதனால நாம இருக்கிற இடம் தெரியாம இருக்கணும். அதுதான் நமக்கு நல்லது." என்றது.

"பேசாம போயிடு பெரிசு. இல்லன்னா கைய காலை உடைச்சிடுவேன். நான் பாடுற பாட்டுக்கு 3 மாசமா இந்த வயலே அடிமை. என் நண்பர்களே என்னை ஏதும் சொல்ல மாட்டானுங்க. நேத்து வந்த ஆளு நீயெனக்கு புத்தி சொல்றியா? பாம்பாவது? பல்லியாவது? எது வந்தாலும் நான் பாத்துக்குவேன். போயா உன் வேலையப் பாத்துகிட்டு" என்றது எருமகடா.

அதற்கு மேல் அங்கே இருக்க விரும்பாத வயசான தவளை, "தம்பி... உன்னால இங்க இருக்கிற மத்த தவளைங்களுக்கும் ஆபத்து வந்துடப்போகுது. ஜாக்கிரதை" என்று சொல்லிக்கொண்டே போனது.

"யோவ்... பேசாம போயிரு... பெரிசுன்னு கூட பாக்கமாட்டேன். ஓங்கி அடிச்சா ஒன்றை டன் வெயிட்டுன்னுலாம் சொல்ல மாட்டேன். அப்டியே உன்னை சாப்பிட்டுடுவேன்" என்று வயசான தவளையைப் பார்த்து சொன்னது எருமகடா.

கூடவே இருக்கும் இரண்டு சின்னத் தவளைகளைப் பார்த்து, "பாத்திங்களாடா இந்த பெரிசுக்கு நக்கலை. இருக்க இடம் கொடுத்தா? நம்மளையே அடக்க வராரு" என்றது எருமகடா.

இரண்டு சிறிய தவளைகளும், "அதானே... அந்த கெழவன் கெடக்கிறாரு... நீங்க கத்துங்க தலைவரே..." என்றன.

"என்னங்கடா சொன்னீங்க..." என்று தனது முட்டைக் கண்களை உருட்டி கேட்டது எருமகடா.

"தலைவரே... வாய் தவறி பயத்துல வந்துடிச்சி... நீங்க நல்லா பாடுவீங்க தலைவரே! பாடுங்க" என்று கோரஸ் பாடின.

முன்பைவிட இப்போது வேகமாக குரலெடுத்துப் பாட ஆரம்பித்தது எருமகடா.

ஓங்கி வளர்ந்திருந்த நெற்கதிர்கள் அதன் குரல் அதிர்வில் வளைந்து வளைந்து நிமிர்ந்தன.

"கர்க்... கர்க்... கர்க்..." என்று சத்தமிட்டு பாடியது எருமகடா.

அதனுடைய பாட்டுக்கு, எதிர்ப்பாட்டு ஒன்று தூரத்தில் இருந்து, “கர்க்... கர்க்... கர்க்...” என்று கேட்டது.

‘ஆகா! நம்ம பாட்டுக்கும் ஒரு ஆளு எசப்பாட்டு பாடுறாங்களே. கேக்கறதுக்கு பெண் தவளை குரல் போலவே இருக்கிறதே...’ என்று மனதுக்குள் எண்ணிய எருமகடா... இன்னும் வேகமாக குரலெடுத்து பாடியது.

எருமகடா பாடிய அதே பாடலை, எதிர் புறத்தில் இருந்து வரும் குரலும் பாடிக்கொண்டே வந்தது. அதன் குரல் இப்போது நெருக்கமாகக் கேட்க ஆரம்பித்தது.

‘அடடே... நம்ம குரலுக்கு இப்படி ஒரு ரசிகையா? ஒரு வேளை ஏரியில இருந்து வந்திருப்பாளோ. அது யாருன்னு தெரியலையே... ஆளை பாக்கலாம்னா, இந்த கதிருங்க வேற நல்லா வளர்த்துடுச்சி. எதிர்ல வரது யாருன்னு தெரியமாட்டேங்குது’ என்று நினைத்துக்கொண்டே மீண்டும் பாட ஆரம்பித்தது.

முன்பைவிட இப்போது, எதிர்திசையில் இருந்து பாடும் குரல் மிகவும் நெருக்கத்தில் கேட்டது.

‘அருமை... அருமை... குரல் இப்போ ரொம்ப நல்லா பக்கத்துல கேக்குது. இன்னும் கொஞ்ச நேரத்தில் அது நம்ம முன்னாடி வந்துடும். அப்போ அந்த அழகி யாருன்னு தெரிஞ்சுரும். அப்போ பாத்துக்கறேன்’ என்று உள்ளுக்குள் குதூகலித்தது.

மீண்டும் தனது கட்டைக்குரலெடுத்து பாடியது. இம்முறை பாடும்போது கண்களை மூடிக்கொண்டு தன்னை மறந்து பாடியது.

அப்போது நெற்கதிர்களை விலக்கிக்கொண்டு, அதன் எதிரில் ஒரு பாம்பு வந்து நின்றுகொண்டு, எருமகடா பாடியதை திரும்பப் பாடியது.

அதைக் கண்டதும் எருமகடாவுடன் இருந்த இரண்டு சின்னத் தவளைகளும், தப்பித்தோம் பிழைத்தோம் என்றபடி தலைதெறிக்க ஓடி மறைந்தன.

‘ஆகா... என் முன்னாடி வந்த அழகி யார்?’ என்று நினைத்துக்கொண்டே கண்ணை விழித்துப் பார்த்தது எருமகடா. அதுவரை பெண் தவளைக் குரலில் பாடிய அந்த பாம்பு, “அருமையான இரை நீ..!” என்றபடியே எருமகடாவை கண்ணிமைக்கும் நேரத்தில் கவ்விப்பிடித்து விழுங்க ஆரம்பித்தது. எருமகடாவின் அலறல் அந்த நெற்கதிர்களுக்கு உள்ளேயே அடங்கிப்போனது.

அதன்பிறகு அந்த வயலில் எருமகடாவின் பாட்டுச்சத்தம் மட்டுமல்ல, எந்த தவளைகளின் சத்தமும் அங்கு கேட்கவே இல்லை.

❋❋❋

௯. போராட்டம்

அப்பாடா முழு ஆண்டுத் தேர்வு முடிந்துவிட்டது. சென்னையில் உள்ள பெரியம்மா வீட்டுக்கு போகலாம் என்ற குதூகலத்தில் இருந்தார்கள் சுடர்விழியும், லக்சயாவும்.

நெல்லிக்குப்பத்தில் உள்ள அரசுப்பள்ளியில் சுடர்விழி எட்டாம் வகுப்பு படிக்கிறாள். அவள் தங்கை லக்சயா ஆறாம் வகுப்பு படிக்கிறாள். அவர்கள் இருவரும் அன்றுதான் தேர்வு எழுதி முடித்துவிட்டு வீட்டிற்கு வந்தார்கள்.

வந்ததுமே அவர்களது அம்மா உஷாவிடம், “சென்னைக்கு எப்போ கிளம்புவோம். சீக்கிரம் சொல்லும்மா...” என்று துடித்துக்கொண்டிருந்தார்கள்.

சென்னை, தாம்பரத்தில் இருந்தது அவர்களின் பெரியம்மா வீடு. அங்கே பெரியப்பா, பெரியம்மா, இரண்டு அண்ணன்கள் இருக்கிறார்கள்.

அங்கே சென்றால் பெரியப்பாவுடன் அண்ணா நூற்றாண்டு நினைவு நூலகம், கன்னிமாரா நூலகம் போகலாம். மெரினா கடற்கரைக்குப் போகலாம்.

அண்ணன்களோடு விளையாடலாம். வண்டலூர் உயிரியல் பூங்கா போகலாம். மாமல்லபுரம் போகலாம்.

கலங்கரை விளக்கம் போகலாம். இப்படி நிறைய இடங்களுக்குப் போகலாம் என்று பெரிய திட்டமே வைத்திருந்தார்கள்.

தேர்வு முடிந்த மறுநாளே சென்னைக்கு கிளம்ப தயாராகிவிட்டார்கள். அம்மாவுடன் நெல்லிக்குப்பத்தில் இருந்து பண்ருட்டிக்கு வந்தார்கள். பண்ருட்டி பலாப்பழம், முந்திரிப்பருப்பு, முந்திரிப்பழம், கொய்யாப்பழம் ஆகியவற்றை வாங்கிக் கொண்டார்கள்.

சென்னை செல்லும் பேருந்தில் ஏறிக்கொண்டார்கள்.

"ஜன்னலோர இடம் எனக்குத்தான்..." என்று சுடர்விழியும், லக்சயாவும் சண்டை பிடித்துக்கொள்ள, "இப்பவே சண்டை போட ஆரம்பிச்சுட்டீங்களா... இறங்குங்க. சென்னைக்கு உங்களை கூட்டிகிட்டு போகமாட்டேன். இப்பவே வீட்டுக்கு போயிடுவோம்" என்று உஷா மிரட்டினார்.

"அம்மா... அம்மா... இனிமே நாங்க சண்டை போடமாட்டோம். லக்சயா கொஞ்ச நேரம் உட்காரட்டும். அப்புறம் நான் கொஞ்ச நேரம் உட்கார்ந்துக்கறேன். என்ன லக்சயா சொல்றா?" என்று கேட்டாள் சுடர்விழி

"சரிக்கா. அப்படியே செஞ்சுக்கலாம். நாங்க சண்டை போடமாட்டோம்மா" என்றாள் லக்சயா.

இருவரும் சண்டைபோட ஆரம்பித்துவிட்டால் வீடே ரணகளமாகிவிடும். இருவரும் கத்தி ஊரைக்கூட்டிவிடுவார்கள். அவர்கள் போடும் சத்தம் காதையே செவிடாக்கிவிடும். அப்படி கத்துவார்கள்.

"இதோ பாருங்க. பெரியண்ணன் இருக்கான். சின்ன அண்ணன் இருக்கான்னு அவங்ககிட்ட போய் சண்டைபோடறதோ, கத்தறதோ இருக்கக்கூடாது.

நீங்களும் சண்டை போட்டுக்கக் கூடாது. அவங்க வீட்ல பாட்டியும் இருக்காங்க. அமைதியா இருக்கணும். புரிஞ்சுதா?" என்றார் உஷா.

"புரிஞ்சுதும்மா?" என்று இருவரும் ஒரே நேரத்தில் சொன்னார்கள்.

செல்போனை எடுத்து தாமரை என்ற பெயரில் இருந்த எண்ணை தட்டி, "அக்கா... நாங்க கிளம்பிட்டோம். ஆமா... சுடரும் லக்சயாவையும் கூட்டிகிட்டுதான் வரேன். அவங்கள கொண்டுவந்து விட்டுட்டு, மறுநாளே நான் ஊருக்கு வந்துடுவேன். அம்மாவால வரமுடியல. அப்புறமா வரேன்னு சொல்லிட்டாங்க. இரவு 8 மணிக்கெல்லாம் தாம்பரம் வந்துடுவோம். மாமாவை வரச்சொல்லிடு. அவரோடு வீட்டுக்கு வந்துடறோம்" என்று சொல்லிவிட்டு போனை வைத்தார் உஷா.

பேருந்தின் வேகமும், எதிர் காற்றும் அவர்களை உரச மூன்று பேரும் தூங்கிப்போனார்கள். மூன்றரை மணி நேரம் போயிருக்கும்.

தாம்பரம் வருவதற்கு முன்பே செல்போன் அலறவும், விழித்துக்கொண்டார்கள். செல்போன் திரையில், "தமிழ்வாணன் மாமா" என்று காட்டியது.

"ஏய்... பெரியப்பா கூப்பிடறாருடி" என்று சொல்லிவிட்டு, செல்போனை உயிர்பித்து, "மாமா. வந்துகிட்டே இருக்கோம். இப்போ பெருங்களத்தூர் வந்துட்டோம். பஸ்ஸ்டாண்டுக்கு வந்துட்டீங்களா. சரிங்க மாமா. இதோ வந்துடறோம்" என்றார் உஷா.

பத்து நிமிடத்தில் தாம்பரம் வந்து சேர்ந்தார்கள். அடுத்த மூன்று நிமிடத்தில் தமிழ்வாணனுடன் வீடு வந்து சேர்ந்தார்கள்.

வீட்டிற்குள் நுழைந்து தாமரையைப் பார்த்ததும், "பெரியம்மா..." என்று கூப்பிட்டபடியே ஓடிச்சென்று கட்டிப்பிடித்துக்கொண்டாள் சுடர்விழி.

இரண்டு அண்ணன்களும் "லக்சயா..!" என்று அழைக்க, "அண்ணா..!" என்று அவர்களை தன் பங்கிற்கு கட்டிக்கொண்டாள்.

பாட்டி முன்னதாகவே தூங்கிவிட்டார் என்பதால், அவரது அறைப் பக்கம் போகவில்லை.

இரவு 11 மணிவரை யாரும் தூங்கவேயில்லை. விளையாட்டும் பேச்சும் கும்மாளமுமாக இருந்தார்கள்.

மறுநாள் காலை விடிந்ததுமே, ஊரில் வேலையிருப்பதால் உஷா நெல்லிக்குப்பம் கிளம்பிவிட்டார்.

இரவு தாமதமாகத் தூங்கியதால் காலையில் தாமதமாகவே எழுந்தார்கள் சுடர்விழியும் லக்சயாவும்.

எல்லாம் முடித்து சாப்பிட வரும்போதுதான் பாட்டியைப் பார்த்தார்கள்.

பாட்டி தன் காதில் பஞ்சு வைத்து அடைத்திருந்தார்.

"என்ன பாட்டி... எப்படி இருக்கீங்க? நல்லா இருக்கீங்களா?" என்று சுடர்விழி கேட்டாள்.

"நல்லாயிருக்கேன் சுடரு. நீங்க நல்லா இருக்கீங்களா..?" என்று பதிலுக்குக் கேட்டார் பாட்டி.

"நல்லாயிருக்கோம் பாட்டி..." என்று பதில் சொல்லிவிட்டு வந்தபோது, பெரியம்மா செய்தித்தாள் படித்துக்கொண்டிருந்தார். பெரியப்பா சுக்கு காபி போட்டுக்கொண்டிருந்தார். அண்ணன்கள் இருவரும் படித்துக் கொண்டிருந்தார்கள்.

அப்போது... "ட்ர்ர்ரும்... ட்ர்ர்ரும்... ட்ர்ர்ரும்... ட்ர்ர்ரும்... ட்ர்ர்ரும்..." என்று சத்தம் வர ஆரம்பித்தது.

"ஆரம்பிச்சுட்டானுங்களா..? இனிமே காதுல பஞ்சைத்தான் வச்சுக்கணும்" என்று பெரியப்பா உள்ளே இருந்து பேசினார்.

அந்த சத்தம் சுடர்விழிக்கும், லக்சயாவுக்கும் புதிதாக இருந்தது. அந்த சத்தம் நிற்கவேயில்லை.

"என்ன சத்தம் அது பெரியம்மா?" லக்சயாதான் கேட்டாள்.

"அதுவாம்மா... நம்ம வீட்டுக்கு எதிர் வீட்டுக்கு பக்கத்துல இருந்துதான் அந்த சத்தம் வருது. அந்த வீட்டுக்கு கீழே உள்ள இடத்தை ஒரு ஆளுக்கு வாடகைக்கு விட்டுட்டாங்க. அவங்க மிஷின்களை வச்சி, டன் கணக்கில் காகித அட்டைகளை வாங்கி வந்து, நூல்கண்டு சுற்றும் காகித குழலை செய்யறாங்க"

"பெரிய அளவுல நூல்கண்டு இருக்குமே. தையல் கடைக்காரருகூட வச்சிருப்பாரே... அதுவா பெரியம்மா..." என்று கேட்டாள் சுடர்விழி.

"ஆமாம். அரை அடி உயரம் இருக்கும். காப்பி கலர்ல இருக்கும். துணி உற்பத்தி செய்யும் ஆலைகளில் இந்த பெரிய நூல்கண்டைதான் பயன்படுத்துவாங்க. அந்த நூல்கண்டு சுத்தும் குழல் அட்டையை இங்கேதான் செய்யறாங்க"

"அதை எப்படி செய்யறாங்க பெரியம்மா?"

"லாரி டயர் அளவுக்கு காகித ரிம்களை வாங்கிவந்து, இங்கே செவ்வக வடிவத்தில் வெட்டுவார்கள். வெட்டியபிறகு காகிதத்தின் ஒரு பகுதியை மட்டும்

மெலிதாகத் தேய்த்து, அதனுடைய தடிமனைக் குறைச்சிடுவாங்க. தடிமனாக இருக்கும் பக்கத்தை உள்புறமாக வச்சி ஒரு இயந்திரத்துல சுத்துனாங்கன்னா, குழல் வடிவ அட்டையாக மாறும். தடிமன் குறைஞ்ச பக்கத்தில் பசை போட்டு ஒட்டிடுவாங்க"

"அதனாலதான் இவ்ளோ சத்தமா இருக்கா? கேக்க கேக்க ரொம்பவும் எரிச்சலா இருக்கு. அவங்கிகிட்ட போய் யாரும் இதைக் கேக்கலையா பெரியம்மா?" என்றாள் சுடர்விழி.

"குடியிருப்புப் பகுதிகளில் இந்த மாதிரி தொழிற்சாலைகளை வைக்கவே கூடாது. எப்படி நீங்க வச்சீங்கன்னு கேட்டதுக்கு... நீங்களே இங்க வாடகைக்கு வந்திருக்கீங்க... போம்மா வேலைய பாத்துகிட்டு. இந்த வார்டு கவுன்சிலரு எனக்கு சொந்தக்காரருதான். அவர் சொல்லித்தான் இந்த வேலையவே செய்யறோம். எங்களை எதுவும் பண்ண முடியாது. போ... போன்னு சொல்லிட்டாங்க" என்றார் தாமரை.

"ஓஹோ..." என்றாள் லக்சயா.

நாம இப்ப இருக்கிற வீட்டோட உரிமையாளர் கீழதான் குடியிருக்காங்க. நமக்கு முன்னாடியே அவங்க போய் கேட்டதுக்கும் இப்படித்தான் பதில் சொல்லிடாங்களாம். என்ன பண்றது... சகிச்சுகிட்டு போக வேண்டியதுதான். இல்லன்னா இங்கிருந்து வீட்டி காலி பண்ண வேண்டியதுதான். இந்த சத்தத்தைக் கேட்டால் தலைவலி வருதுன்னுதான் பாட்டி காதுல பஞ்சை வச்சிக்குவாங்க" என்றார் தாமரை.

இரண்டாம் தளத்தில் இருந்த அவர்களது பெரியம்மாவின் வீட்டில் இருந்து சுடர்விழியும், லக்சயாவும் தெருவைப் பார்த்தார்கள்.

அந்த "ட்ர்ரும்... ட்ர்ரும்... ட்ர்ரும்... ட்ர்ரும்... ட்ர்ரும்..." சத்தம் இன்னும் அதிகமாகக் கேட்டது. அந்த தொழிற்சாலையில் இருந்து தெருவுக்கு தூசுகள் பறந்து வந்துகொண்டே இருந்தன.

காலை 7 மணிக்கு ஆரம்பித்த அந்த சத்தம் இரவு 7 மணிக்குத்தான் அடங்கியது. சத்தம் அடங்கிய பிறகுதான் காதுக்கு இதமாக இருந்தது.

"ச்சே... வயசானவங்க இருக்காங்க. குழந்தைகள் இருப்பாங்க. வீடுகள் இருக்கும் இடம்னு நினைக்க மாட்டேங்கறாங்களே. சென்னையில ஏன் இப்படி இருக்காங்க. இதுக்கு நெல்லிக்குப்பம் எவ்வளவோ அமைதியா இருக்கு. ஆமாதானே லக்சயா" என்றாள் சுடர்விழி.

"ஆமாம் சுடரக்கா..." என்றாள் லக்ஷயா.

சனி, ஞாயிறு என இரண்டு நாட்கள் அவர்கள் இருவரும் பெரியப்பாவுடன் சென்னையை சுற்றிப்பார்த்தார்கள்.

திங்கள் கிழமை வந்தது. தமிழ்வாணனும், தாமரையும் அலுவலகம் போய்விட்டார்கள். அண்ணன்கள் இருவரும் கல்லூரிக்குச் சென்றுவிட்டார்கள். பாட்டியோடுதான் இருவரும் இருந்தார்கள்.

அன்றும் அந்த சத்தம் அவர்களை பாடாய்ப்படுத்தியது.

பாட்டியிடம் சொல்லிவிட்டு கீழே போய் அந்த தொழிற்சாலையைப் பார்த்தார்கள். வீட்டிற்குள் சிறு தொழிற்சாலையை நடத்திக் கொண்டிருந்தார்கள்.

ஒரு இயந்திரம் அந்த தாள்களை காலாண்டர் அட்டை அளவிற்கு வெட்டித் தள்ளிக்கொண்டே இருக்க, மற்றொரு இயந்திரம் காகித அட்டையின் ஒரு புறத்தில்

சாணைக்கல்லால் தேய்த்துக்கொண்டு இருந்தது. தேய்த்த பகுதியில் இருந்து காகிதத்துகள்கள் தூசு மண்டலமாகப் பறந்து வந்தது. அதைப் பார்த்துக்கொண்டிருந்தவர் கைக்குட்டையால் முகத்தை பாதி மூடிக்கொண்டிருந்தார்.

"உங்களால இந்த தெரு முழுக்க ஒரே சத்தமா இருக்கு. இதெல்லாம் நிறுத்த மாட்டீங்களா? வயசான எங்க பாட்டியால நிம்மதியா இருக்க முடியல. தலைவலி வருது. எல்லாத்தையும் நிறுத்துங்க" என்றாள் லக்சயா.

"ஏய்... யாரு நீங்க... எங்க இடத்துல வந்து எங்க வேலையையே நிறுத்த சொல்றீங்களா? ஒழுங்கா ஓடிப்போயிடுங்க. இன்னும் ஒரு நிமிஷம் இங்க நின்னா உதை விழும்" என்றார்கள்.

இரண்டு பேரும் வீட்டிற்கு வந்துவிட்டார்கள்.

அந்த "ட்ர்ர்ரும்..." சத்தம் கேட்டுக்கொண்டே இருந்தது. பாட்டி அடிக்கடி இருமிக்கொண்டே இருந்தார்.

இரவு வீட்டிற்கு வந்த தாமரையிடம் நடந்ததைச் சொன்னாள் சுடர்விழி.

"நீங்க எதுக்கும்மா அங்க போனீங்க? அவங்க மோசமான ஆளுங்களா இருக்காங்க... துஷ்டனை கண்டா நாமதான் தூர விலகணும். பெரியப்பாகிட்ட சொல்லி இருக்கேன். சீக்கரமா வேறு வீட்டுக்குப் போயிடலாம். அங்கே எல்லாம் போகாதீங்க" என்றார் தாமரை.

"சரிங்க பெரியம்மா" என்று சொன்னார்கள்.

மறுநாள் எல்லோரும் வழக்கம்போல் அவரவர் வேலைக்கு சென்றுவிட்டனர்.

பாட்டியுடன் சுடர்விழியும் லக்சயாவும் வீட்டில் இருந்தார்கள்.

மதியம் 2 மணி இருக்கும். அலுவலகத்தில் இருக்கும் தாமரைக்கு போன் வந்தது.

“நாங்க தாம்பரம் போலிஸ் கமிஷனர் ஆபிஸிலிருந்து பேசறோம். சுடர்விழி, லக்சயாங்கறது உங்க குழந்தைகளா?”

“ஆமாங்க...”

“உடனே கிளம்பி மாநகராட்சி முன்னாடி வாங்க”

“என்ன ஆச்சு சார்... எம்பிள்ளைகளுக்கு... சார்...” பதறிக்கொண்டே கேட்டார் தாமரை. அதற்குள் போனை வைத்துவிட்டார்கள்.

உடனே அவர் தமிழ்வாணனுக்கு போன் செய்து சொல்லிவிட்டு, பதைபதைப்போடு தாம்பரம் மாநகராட்சி முன்பு வந்தார்.

அங்கே பார்த்தால் சுடர்விழியும், லக்சயாவும் காவலர்களுக்கு நடுவில் நின்றுகொண்டிருந்தார்கள்.

“புள்ளைங்க எதுக்கு இங்கே வந்துச்சு? எதுக்கு போலீஸெல்லாம். ஒண்ணும் தெரியலயே... என்ற படபடப்புடன் குழந்தைகளை நெருங்கினார் தாமரை. அதற்குள் தமிழ்வாணனும் அங்கே வந்து சேர்ந்துவிட்டார்.

போலீஸகாரர் ஒருவர் அவர்கள் இருவரையும் தடுத்து நிறுத்தி, “யாரு நீங்க?” என்று கேட்டார்.

“அவங்க எங்க குழந்தைங்க”

“ஓ... அவங்க ரெண்டு பேரும் உங்க பிள்ளைங்களா... பிள்ளைங்களா” என்று கேட்டுவிட்டு, அவர்கள் இருவரை தடுத்து நிறுத்தினார் அருகில் இருந்த இன்ஸ்பெக்டர்.

“என்னா செஞ்சாங்க எங்க பிள்ளைங்க. எதுக்கு பிடிச்சி வச்சிருக்கீங்க சார்” என்று கேட்டார் தமிழ்வாணன்.

“அதை நான் சொல்றேன் சார்!” என்று ஒரு குரல் வந்தது.

குரல் வந்த திசையைப் பார்த்தார் தமிழ்வாணன். செங்கல்பட்டு மாவட்ட ஆட்சியர் பத்மப்பிரியா அவர்களை நோக்கி வந்து கொண்டிருந்தார்.

குழப்பத்துடன் தாமரை அவரைப் பார்க்க, பத்மப்பிரியா அவர்கள் இருவரைப் பார்த்தும் பேச ஆரம்பித்தார்.

“இன்று தாம்பரம் மாநகராட்சி கூட்டத்தில் கலந்துகொள்ள இங்கே வந்தேன். அப்போது இந்த இரண்டு பெண் குழந்தைளும் வாயில் கறுப்புத்துணியை கட்டிக்கொண்டு, கையில் இரண்டு அட்டைகளோடு உட்கார்ந்து இருந்தார்கள்.

அதில் ‘ஒலியும் மாசுதான். ஒழிக்க வேண்டும் ஆட்சியரே!’ என்று பெரிய பெண் எழுதி வைத்திருந்தாள்.

‘குடியிருப்பு பகுதியில் தொழிற்சாலையா? தீராதோ எங்களின் தலைவலியா’ என்று எழுதி வைத்திருந்தாள் சிறிய பெண்.

போகும்போது பார்த்தேன். சரியா கவனிக்கல. இரண்டு மணி நேரம் கழிச்சு வெளியே வரேன். அப்பவும் உட்கார்ந்து இருந்தார்கள்.

என்னம்மா விஷயம்னு கூப்பிட்டு கேட்டேன். அவங்க தெருப்பகுதியில் இருக்கும் குட்டி தொழிற்சாலை ஒன்றைப்பத்தி சொன்னாங்க. அதுக்கு பின்னாடி இருக்கற பிரச்சனைகளையும் சொன்னாங்க. விசாரிச்சேன். குழந்தைங்க சொன்னது உண்மைன்னு தெரிஞ்சது.

உடனே அந்த இடத்துக்கு சீல் வைக்க சொல்லிட்டேன். இனி அந்த தொல்லை இருக்காது.

குழந்தைகளிடம் விசாரிச்சேன். நெல்லிக்குப்பம் என்றார்கள். அரசுப்பள்ளியில் படிக்கிறோம் என்றார்கள்.

அதானே பார்த்தேன். அரசுப்பள்ளி மாணவிகளுக்கு தைரியம் அதிகமாச்சே! ஏன்னா நானும் அரசுப்பள்ளியில் படிச்ச ஆளுதான்.

இப்படி போராட யார் சொல்லிக்கொடுத்தாங்கன்னு கேட்டேன். எங்க பெரியப்பா, பெரியம்மான்னாங்க. அதான் உங்களை கூப்பிடச்சொன்னேன். வாழ்த்துகள். குழந்தைங்க பத்திரம். அவங்களைப் பெத்தவங்களுக்கும் எனது வாழ்த்துகளை சொல்லிடுங்க" என்று சொல்லிவிட்டு கிளம்பிவிட்டார் பத்மப்பிரியா.

தாமரையால் நம்பவே முடியவில்லை. எப்படி இதை இவர்கள் செய்தார்கள் என்று அவரால் இன்னும் நம்ப முடியவில்லை.

"நாங்க என்னம்மா உங்களுக்கு போராட கத்துக்கொடுத்தோம்" என்று கேட்டார் தமிழ்வாணன்.

"தினமும் செய்தித்தாள் படிக்கணும். புத்தகம் படிக்கணும்னு சொல்லிக்கொடுத்தீங்களே அப்பா..." என்றாள் லக்சயா.

"பெரியப்பாவை அப்பான்னா சொல்ற... என் தங்கம்! என் பட்டு!" என்று லக்சயாவைத் தூக்கிக் கொஞ்சினார் தமிழ்வாணன்.

"அது சரிம்மா... நாங்க எப்போ போராடக் கத்துக்கொடுத்தோம்னு சொல்லலையே?" என்று கேட்டார் தாமரை.

“ரெண்டு வருஷத்துக்கு முன்னாடி, ரேஷன் கடையில புழு, வண்டு வச்ச அரிசியா போடறாங்கன்னுட்டு, நீங்களும் பெரியப்பாவும் செங்கல்பட்டு ஆட்சியர் அலுவலகம் முன்பு நின்று அமைதியான முறையில் போராடினீங்களே பெரியம்மா. அதைப் பத்தி அம்மா எங்ககிட்ட சொல்லி இருக்காங்க. அது என் மனசுல ஆழமா பதிஞ்சிருச்சி.

இன்னிக்கு வீட்டுல இருந்தபோது, பாட்டிக்கு செய்தித்தாள் படிச்சிக் காண்பிச்சா லக்சயா. அப்போது, இன்னிக்கு தாம்பரம் மாநகராட்சி கூட்டம் நடக்குதுன்னும், அதுல கலந்துக்க மாவட்ட ஆட்சியர் வராங்கன்னும் படிச்சா. அப்பதான் இந்த யோசனை தோணுச்சி பெரியம்மா. தங்கச்சிகிட்ட சொன்னேன். உடனே சரின்னு சொல்லிடா. செஞ்சிட்டோம்” என்றாள் சுடர்விழி.

“ஆண் பிள்ளைகள் செய்யாத வேலையை பெண் பிள்ளைகளான நீங்க ரெண்டு பேரும் துணிஞ்சி செஞ்சிருக்கீங்களே! இனி அந்த தெருவே அமைதியா இருக்கும். தூசு இருக்காது. பாட்டியும் இரும மாட்டாங்க. லவ் யூ செல்லங்களா...” என்று லக்சயாவிற்கும், சுடர்விழிக்கும் முத்த மழை பொழிய ஆரம்பித்தார் தமிழ்வாணன்.

❋❋❋

10. யார் கொடுத்தது?

நீலகிரி மலையில் உள்ள அவலாஞ்சி கிராமம்.

சீத்தா அப்போதுதான் பள்ளிக்கூடம் விட்டு வீட்டுக்கு வந்தாள். அந்த ஓட்டு வீட்டுக்குள் நிறைய பேர் உட்கார்ந்திருந்தார்கள். நடுவில் அவளது தாய் மாமன் உட்கார்ந்திருந்தார்.

நேரே அவளுடைய அம்மா மாதவியிடம் சென்றாள்.

"எதுக்கும்மா... இவங்க எல்லாம் வந்திருக்காங்க. மாமாவும் வந்திருக்காரு"

"உன்னை பொண்ணு பாக்க வந்திருக்காங்க..."

அதிர்ச்சியடைந்த சீத்தா, "என்னம்மா சொல்ற. நான் ஏழாவது படிக்கிற புள்ளம்மா. யாரைக்கேட்டு இதை பண்றீங்க?"

"யாரடி கேக்கணும். குடிச்சி குடிச்சி செத்துப்போன உன் அப்பனையா... இல்ல செத்துப்போன என் அப்பனையா?"

"என்னைக் கேட்டீங்களாம்மா?"

"உன்னை நான் எதுக்குடி கேக்கணும். உங்கப்பன் செத்துப்போயி அஞ்சி வருசமாச்சி. உங்கப்பா வீட்டுல இருந்து யாரும் நமக்கு உதவல. எங்கப்பன் உதவல.

என் கூட பொறந்த தம்பிதான் நமக்கு எல்லாதையும் செஞ்சான். இதோ நாம வாடகைக்கு இருக்குறமே. இந்த வீட்டுக்கு அவன்தான் வாடகை கொடுக்கறான்.

எவ்வளவு நாளைக்குதான் நான் தேயிலை பறிக்கற வேலைக்கு போக முடியும். ஒரு பக்கம் அட்டைங்க என் ரத்தத்தை உறிஞ்சுது. இன்னொரு பக்கம் முதலாளிங்க எங்க வேலைய உறிஞ்சறானுங்க. முன்ன மாதிரி என் உடம்பு இப்ப இருக்கறதில்ல. எனக்கு அடிக்கடி நெஞ்சு வலி வருது. திடீர்னு நான் செத்துப்போயிட்டா. அனாதையா எங்க போய் நிப்ப? அதான் இந்த ஏற்பாடு"

"நான் ரொம்ப சின்னப் பொண்ணு. நான் படிக்கணும். காலேஜ் போகணும்"

"என்னாடி சொன்ன? படிக்கணுமா? உன்னைப் படிக்க வைக்கறதுக்கு காசு வேணுமே. அதை செத்துப்போன உன் தாத்தா பாட்டி தருவாங்களா. இல்ல செத்துப்போன உன் அப்பன்தான் தந்துட்டு போனாரா? அடுத்தவேளை கஞ்சிக்கே வழியில்ல. காலேஜு போவாளாம் காலேஜு"

"ஓகோ... மாமா எனக்கு செலவு பண்ணி தனியார் பள்ளியில படிக்க வைச்சா... அவர நான் கல்யாணம் பண்ணிக்கணுமா? நீங்க ஒண்ணும் காசு செலவு பண்ண வேணாம். நான் அரசுப்பள்ளியில போய் சேர்ந்துக்கறேன். நான் நல்லா படிச்சி அரசு கல்லூரியிலயே படிச்சிக்கறேன்"

"அவன் போட்ட சோத்தை தின்னுபுட்டு, அவன் செலவுல படிச்சிகிட்டு, நாலு எழுத்து படிக்கத் தெரிஞ்சிகிட்டதும் அரசுப்பள்ளிக்கு போறேன்னு சொல்றியா. கொன்னுடுவேன். நீ வயசுக்கு வந்ததும் உனக்கு குடிசை கட்டினது அவன்தான். அவனை நீ கட்டிகிட்டுதான் ஆகணும்"

“அவர் என்னைவிட 14 வயசு பெரியவரும்மா.”

“நம்ம மலை இனத்துல வயசு எல்லாம் முக்கியமில்ல. பொண்ணுக்கு 12 வயசு ஆகிட்டாலே கல்யாணம் பண்ணி வச்சிடுவாங்க. உங்கப்பா கூட என்னவிட 15 வயசு பெரியவர்தான். எனக்கு 12 வயசு இருக்கும்போது எனக்கு அவரை கல்யாணம் பண்ணி வச்சாங்க. நான் அவரை கட்டிக்கலயா. உன்னை பெத்துக்கலயா? அதெல்லாம் போகப்போக சரியாப்போயிடும்.”

“மாமாதான் ஏற்கெனவே கல்யாணம் பண்ணிகிட்டாரே. நான் ஏன் அவரைக் கட்டிக்கணும்?”

“அவனைக் கட்டிக்கிட்டவ செத்துப்போயிட்டா. அவனுக்கு வேற யாரும் பொண்ணு தரமாட்டேங்கறாங்க. என்கிட்ட கேட்டான். சரின்னுட்டேன். நம்ம இனத்துல இது நடக்கறதுதான். ஒழுங்கா... நான் சொல்றத கேளு. அவனைக் கட்டிக்கோ. நமக்கு அவன் ஆதரவு காட்ன மாதிரி, நாம அவனுக்கு ஆதரவு காட்டணும். எவன் வீட்டுக்கோ உன்னை கட்டிக்கொடுக்கறத விட, என் தம்பிக்கு கட்டிக்கொடுக்கலாம்”

“நான் ஏன் கட்டிக்கணும். இவரை மட்டுமில்லை. நான் யாரையும் இப்போ கட்டிக்க மாட்டேன். நான் படிக்கணும். படிக்கணும். படிக்கணும்.”

“அடி செருப்பால... என்னையே எதுத்துப்பேசற அளவுக்கு வளந்துட்டியா? நமக்கு மூணு வேளயும் சோறு போட்டவன் என் தம்பி. என்னால இதுக்குமேல உன்ன வச்சி காப்பாத்த முடியாது. அவன் கையில புடிச்சிகொடுக்கத்தான் போறேன்”

உள்ளே இருவரும் பேசிக்கொண்டிருந்ததை வெளியே இருந்த எல்லோரும் கேட்டுக்கொண்டுதான் இருந்தார்கள்.

“எக்கோவ்... சீத்தாகிட்ட சொல்லு. கல்யாணம் பண்ணதுக்குப் பிறகும் நான் அவ படிக்கறதுக்கு பள்ளிக்கூடம் அனுப்பறேன். நானே படிக்க வக்கறேன்.”

“கல்யாணம் செஞ்சிகிட்டு யாரும் என்னை படிக்க வைக்க வேணாம்.” உள்ளே இருந்து கத்தினாள் சீதா.

“அட... இதுக்குத்தான் இந்த புள்ளங்கள படிக்க அனுப்பக்கூடாதுன்னு சொல்றது. நம்ம மலவாசிங்க எல்லாம் படிச்சா உயிர் வாழ்ந்தோம். நம்ம வழக்கப்படி எல்லாத்தையும் நம்ம பெரியவங்க செஞ்சி வச்சாங்க. நாம நல்லா இல்லாம போயிட்டமா”

“ஏதோ மாதவியோட கெட்ட நேரம். அவ புருஷன் செத்துப்போயிட்டான். இந்த பூமியில பொறப்பும் இறப்பும் இருக்கறதுதான. பொட்டக்கழுதைக்கு என்ன இவ்வளவு வாயி... தட்டை மாத்துங்க. பாத்துக்கலாம்”

கூட்டத்தில் இருந்து பெருசுகள் ஆளாளுக்கு சொல்ல, சீத்தாவின் தாய் மாமன் உள் பக்கமாக பார்த்துக்கொண்டிருந்தார்.

“இந்த கல்யாணம் நடக்கும். இதுக்கு நீ சம்மதிச்சுதான் ஆகணும். அப்படி சம்மதிக்கலன்னா... என்னை பொணமாத்தான் பாப்ப நீ” மாதவி உறுதியாக சொல்லிவிட்டு வெளியே வந்தார்.

கூட்டத்தினரைப் பார்த்து, “அவ கிடக்கற... நீங்க தட்ட மாத்துங்க. அடுத்த வாரமே கல்யாணம் வச்சுக்கலாம்” என்றார் மாதவி.

வெற்றிலை பாக்கு தட்டுகள் மாற்றப்பட்டன.

“சரிப்பா! நம்ம மலைநாட்டுல இருக்கற உறவுக்காரங்களுக்கு சொல்லிடுங்க.

எம்மா மாதவி, நீயும் உன் புருஷன் வகையில சொல்லிடு!" என்று சொல்லிவிட்டு கிளம்பிப்போனார்கள்.

இரவெல்லாம் "நான் படிக்கணும். எனக்கு கல்யாணம் வேண்டாம். நான் படிக்கணும்" என்று அழுதுகொண்டே இருந்தாள் சீத்தா.

"அதான்... என் தம்பி படிக்க வைக்கறேன்னும் சொல்லியிருக்கானே. கல்யாணத்துக்குப்பிறகு படிக்க வைப்பான். தூங்குடி... எல்லாம் சரியா போயிடும்" என்றார் மாதவி.

இரவெல்லாம் தூங்காமல் அழுதுகொண்டிருந்த சீத்தா, அவளையும் அறியாமல் தூங்கிப்போனாள்.

அடுத்த நாள் பள்ளிக்கு சென்றாள். வகுப்பில் அவள் கலகலப்பாகவே இல்லை.

அவளது தோழிகள் கேட்டும் எதையும் அவள் சொல்லவில்லை. சொல்லி எதுவும் ஆகப்போவது இல்லை.

அவளுடன் படித்த இரண்டு பேருக்கு போன மாதம்தான் கல்யாணம் செய்துவைத்தார்கள். எல்லோரும் அவளுடைய வயதுக்காரர்கள்தான். ஒன்றும் செய்யமுடியவில்லை.

ஒவ்வொரு நாட்கள் கடக்கும்போதும், அவள் மேல் பாரம் படிப்படியாக இறங்குவது போல இருந்தது.

கல்யாணம் என்பதை நினைத்தாலே அவளுக்கு பயமாக இருந்தது. பூதம் போல அவளை பயமுறுத்தியது.

"நல்லா படிக்கணும். படிச்சி காலேஜ் போகணும். விமானி ஆகணும்" என்ற அவளது சிறுவயது கனவுகள் நொறுங்கிப்போவதை நினைத்து அழ ஆரம்பித்தாள்.

இன்னும் ஒருநாள்தான். இந்த ஒரு நாள் கடந்துவிட்டால், நாளை அவளுக்குக் கல்யாணம் செய்து வைத்துவிடுவார்கள்.

தப்பித்து ஓடலாம் என்று நினைத்தால் அவலாஞ்சியைத் தவிர, அவளுக்கு வேறு இடமும் தெரியாது. அதையும் மீறி வெளியே சென்றால், யாராவது எதாவது செய்துவிடுவார்களோ என்ற பயம் அவளுக்குள் இருந்தது. என்ன செய்வதென்று அவளுக்குத் தெரியவில்லை.

பள்ளிக்கூடம் முடிந்து வீட்டிற்கு திரும்பிக்கொண்டிருந்தாள். தரையைப் பார்த்தே நடந்து வந்தவள் காலில் ஒரு நோட்டிஸ் ஒட்டிக்கொண்டது.

"அட என்ன இது... காலில் ஒட்டிக்கிட்டு போகமாட்டேங்குது..." என்று நினைத்தபடி, குனிந்து அந்த நோட்டிஸை காலில் இருந்து எடுத்தாள்.

சுவற்றில் ஒட்டப்பட்டிருந்த நோட்டிஸ் அது. பசையோடு கீழே விழுந்து கிடந்திருக்கிறது. அதுதான் அவளது காலில் ஒட்டிக்கொண்டது. அதை காலில் இருந்து சடக்கென்று எடுத்தாள்.

"ச்சே... காலில் ஒட்டிக்கொண்ட இந்த நோட்டிஸை பிரிச்செடுக்க முடிஞ்சது போல, கல்யாணம்ங்கற இந்த பிரச்சனையும் என்னிடமிருந்து பிரிச்செடுத்துட்டா எவ்வளவு நல்லா இருக்கும். யார் செய்வா இதை?

அப்பா இருந்திருந்தார்னா... இப்படி நடக்க விட்டிருப்பாரா..?

யார் அவரை குடிக்கச் சொன்னது. யார் அவரை சீக்கிரமாக சாகச் சொன்னது? நான் இப்படி எல்லாம் கஷ்டபடணும்னுதான் அவரு சீக்கிரமா போயிட்டாரா?" என்று அவளுக்குள்ளாகவே பேசிக்கொண்டு நடந்தாள்.

மலை ஏற்றத்தில் மெதுவாக வீட்டை நோக்கி நடந்து போனாள். வீட்டிற்குப் போகவே பிடிக்கவில்லை. அதனால் மெல்ல போய்க்கொண்டிருந்தாள்.

சூரியன் மறையத்தொடங்கியது. கடை ஒன்றில் நின்றாள். அங்கிருந்த பெஞ்சில் பத்துநிமிடம் உட்கார்ந்துவிட்டு, வீட்டிற்கு போய்ச்சேர்ந்தாள்.

விடிந்தால் அவளுக்கு கல்யாணம். 'போச்சு... எல்லாம் முடிஞ்சு போச்சு... நம்ம தலையெழுத்து அவ்வளவுதான்' என நினைத்து அழுதபடியே படுத்துக்கொண்டாள்.

பொழுது விடிந்தது. அவளை குளிக்கச் சொன்னார் மாதவி. பொம்மை போல குளிக்க போய்வந்தாள் சீத்தா. குளித்துவிட்டு வந்த அவளுக்கு அலங்காரம் செய்தார்கள்.

வீட்டிற்கு வெளியே போடப்பட்ட சிறிய பந்தலுக்குள் சீதாவின் தாய்மாமன் மலைமாடு போல உட்கார்ந்திருந்தார். அவருக்கு அருகில் சீத்தாவை உட்கார வைத்தார்கள். அவரின் மகளைப்போல இருந்தாள் சீத்தா.

எல்லா சடங்குகளும் முடிந்தன. தாலியை எடுத்து சீத்தாவின் தாய்மாமன் கையில் கொடுத்தார்கள்.

"ம்ம்ம்... தாலிய கட்டுப்பா..." என்றார் மலைக்கோயில் பூசாரி.

அங்கிருந்த பெண்கள் எல்லோரும் அவர்களது மலைமக்கள் மரபுப்படி குலவை போட ஆரம்பித்தார்கள் "லு...லு...லு...லு...லு..."

சீத்தா கழுத்தில் தாலியைக் கட்டினார் தாய்மாமன். சீத்தா ஓவென்று அழ ஆரம்பித்தாள்.

"ஏய்... தாலி கட்டறத நிறுத்து..." கூட்டத்திற்கு வெளியே இருந்து ஒரு குரல் கேட்டது.

"யாருப்பா அது? நல்லது நடக்கற வீட்ல வந்து அபசகுனமா நிறுத்த சொல்லிகிட்டு..." என்று அங்கிருந்த பெரியவர் ஒருவர் சத்தம் வந்த திசையை நோக்கி பார்த்தார்.

அங்கே குழந்தைகள் நல மாவட்ட அதிகாரி ராஜேஷ் குமார், இன்ஸ்பெக்டர் ஆர்னிகா நாசர், சப்-இன்ஸ்பெக்டர் மோகனன் என ஒரு அரசுப்பட்டாளமே அங்கே நின்றுகொண்டிருந்தது.

"ஆத்தாடி... போலீஸு... இவங்க வந்துட்டாங்களா! இனி கல்யாணம் நடந்த மாதிரிதான்" என அந்த பெரிசு முனக ஆரம்பித்துவிட்டது.

"என்னய்யா... குழந்தைத் திருமணம் பண்றீங்களா? உங்க எல்லார் மேலயும் புகார் வந்திருக்கு. இந்த கல்யாணம் செல்லாது. மீறி எதாவது பேசுனீங்கன்னா..?" என்ற ராஜேஷ் குமார், இன்ஸ்பெக்டர் பக்கம் திரும்பி, "என்ன மிஸ்டர் ஆர்னிகா... மாவட்ட அதிகாரி நான்தான் இவங்ககிட்ட பேசணுமா... நீங்க பேசமாட்டீங்களா?" என்றார்.

"இதோ இப்போ பேசறேன் சார்." என்று சொன்னவர், கூட்டத்தினரைப் பார்த்து, "ரெண்டே நிமிஷம்தான் டைம் தருவேன். அதுக்குள்ள அவரவர் வந்த இடம் தெரியாம ஓடிப்போயிடுங்க. 12 வயசு சிறுமிக்கு கல்யாணம் பண்ணி வைக்கறது சட்டப்படி தப்பு. மீறினா எல்லாரையும் ஜெயில்ல போட்டுடுவோம்."

சப்-இன்ஸ்பெக்டர் மோகனன் தன்பங்குக்கு பேசினார். "பெரிய இடத்துல இருந்து புகார் வந்திருக்கு. அவங்கவங்க கிளம்பிப்போங்க. எங்க குலவழக்கம். சாதி வழக்கம்னு பேசுனீங்கன்னா கோயம்புத்தூர் ஜெயில்லதான் களி திங்கணும்." என்றார்.

“எதுக்குங்க வந்து என்னோட கல்யாணத்துல பிரச்சனை பண்றீங்க” என்றார் சீத்தாவின் தாய்மாமன்.

“அட அந்த பச்ச குழந்தைக்கு நீதான் மாப்ளயா... பிச்சிப்புடுவேன். எழுந்திருய்யா முதல்ல...” ராஜேஷ் குமார் சீறினார்.

“நான் பெத்த மகளுக்கு நான் கல்யாணம் பண்ணி வைக்கறேன். நீங்க யார் வந்து தடுக்கறதுக்கு. என்ன அராஜகம் பண்றீங்களா? யார் உங்களுக்கு புகார் கொடுத்தா?” என்றார் மாதவி.

“நான்தான் கொடுத்தேன்?” என்றபடி எழுந்தாள் சீத்தா.

“**1098**-ங்கற குழந்தைகள் உதவி மையத்துக்கு நான்தான் புகார் கொடுத்தேன். சார்... நான் என் தாய்மாமனைக் கல்யாணம் பண்ணிக்கலன்னா செத்துப்போயிடுவேன்னு மிரட்டினது என் அம்மாதான். நான் எவ்ளவோ சொல்லிப்பாத்தும் என் அம்மா என்னை விடவே இல்லை. இங்க இருக்கற எல்லோரும் இதுக்கு உடந்தையா இருந்தாங்க. இனி இங்க இருக்க நான் விரும்பல. படிக்கணும். அதுக்கு நீங்கதான் உதவி செய்யணும்” என்றாள் சீத்தா.

“சபாஷ்டா சீத்தாம்மா... பெண் பிள்ளைன்னா இப்படித்தான் இருக்கணும். உன் காலில் ஒட்டிய எங்களுடைய நோட்டிஸ் உனக்கு வழிகாட்டி இருக்கு.

இந்த மாதிரி கல்யாணம் இந்த நீலகிரியில இருக்கிற மலை கிராமங்களில் மட்டுமில்ல பல இடங்களில் சர்வசாதாரணமா நடக்குது.

கல்விதான் பெருசுன்னு நீ உறுதியா இருந்து, அம்மாவே தப்பு செஞ்சாலும் அதை முறைப்படி தடுத்திருக்க. இங்க படிக்கற பெண் பிள்ளைகளுக்கு

நீ வழிகாட்டிட்ட. நிச்சயமா ஏற்பாடு பண்றேன்மா. சென்னையில போய் படி. எல்லா ஏற்பாடுகளையும் பண்றேன். உன் வாழ்க்கை சம்பவம் எல்லோருக்கும் எடுத்துக்காட்டா இருக்கும்டா" என்றார் ராஜேஷ் குமார்.

இப்போது சீத்தா சென்னையில் உள்ள அரசு விடுதியில் இருந்தபடி எட்டாம் வகுப்பு படித்துக்கொண்டிருக்கிறாள்.

விடுதிக்கு மேல் விமானம் ஒன்று பறந்து சென்றது. அதன் சத்தம் கேட்டு வேகமாக ஓடிவந்து வானத்தை அண்ணாந்து பார்த்தாள். "போ... போ... படிச்சு பெரியாளாகி... உன்னை நான் ஓட்டாம விடமாட்டேன்" என சொல்லிக்கொண்டே தலையை குனிந்தாள்.

காற்றில் பறந்து வந்த நோட்டிஸ் ஒன்று அவள் முகத்தில் மோதியது.

அதைப் பார்த்தும் அவள் முகம் சிரித்தது. அதை சத்தமாகப் படிக்க ஆரம்பித்தாள் சீத்தா, "18 வயதுக்குட்பட்ட ஆண் குழந்தைகளையோ பெண் குழந்தைகளையோ கொத்தடிமைமையாக வைத்திருக்கிறார்களா? ஹோட்டல்களில், பண்ணைகளில் அடிமையாக வைத்திருக்கிறார்களா? குழந்தை திருமணமா, உடல் ரீதியாக தொந்தரவு செய்கிறார்களா? நீங்களே இதில் பாதிக்கப்பட்டிருக்கிறீர்களா? அழையுங்கள் தமிழ்நாடு அரசின் இலவச உதவி எண்: 1098. உடனே நடவடிக்கை எடுப்போம்."

❁❁❁

BOOKS FOR CHILDREN

பாரதி புத்தகாலயம்

மோ.கணேசனின் பிற நூல்கள்

- அறம் செய்ய விரும்புவோம் (நாடகம்)
- ஓடி வா ஓடி வா சின்னக்குட்டி (சிறார் பாடல்கள்)
- விடமாட்டேன் உன்னை (நாவல்)
- குறுக்கெழுத்து அறுபது (குறுக்கெழுத்துப் புதிர்கள்)
- டும்...டும்..டும்... தண்டோரா (சிறார் பாடல்கள்)
- வாலுவிடம் கேளுங்கள் (பொது அறிவு கேள்வி - பதில்கள்)
- இப்படித்தான் ஜெயித்தார்கள் (நேர்காணல்கள்)
- மாயாவியின் திமிர் (சிறார் கதைகள்)
- வாலுவின் ஜாலி புதிர்கள் (பொது அறிவு)

* 9 7 8 8 1 9 6 0 8 8 4 2 2 *

FCW - #0195 - 061026 - C0 - 216/140/7 - PB - 9788196088422 - Gloss Lamination